Level C 級・高級 　CẤP ĐỘ **C**

CẨM NANG LUYỆN THI iVPT

國際越南語認證導論

解析

The Official Guide to the iVPT
International Vietnamese Proficiency Test - Level C

Kèm Đề Thi Mẫu và Đáp Án
附試題
CD光碟

☆ 報考「國際越南語認證」C 級
☆ 就業、升學、多元文化
☆ 台灣、越南、國際承認

NCKU
國際越南語認證
iVPT ®

KỲ THI NĂNG LỰC TIẾNG VIỆT QUỐC TẾ
INTERNATIONAL VIETNAMESE PROFICIENCY TEST

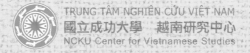

TRUNG TÂM NGHIÊN CỨU VIỆT NAM
國立成功大學　越南研究中心
NCKU Center for Vietnamese Studies

國家圖書館出版品預行編目（CIP）資料

國際越南語認證導論：C 級解析 = The official guide to the iVPT International
Vietnamese Proficiency Test - Level C = CẨM NANG LUYỆN THI iVPT
CẤP ĐỘ C Kèm Đề Thi Mẫu và Đáp Án / 國立成功大學越南研究中心編著 . --
初版 . -- [臺南市]：亞細亞國際傳播社，2021.09
　　　　面；　　　　公分
ISBN 978-986-98887-5-2（平裝附光碟片）
1. 越南語 2. 考試指南

803.798　　　　　　　　　　　　　　　　　　　　　10013448

KỲ THI NĂNG LỰC TIẾNG VIỆT QUỐC TẾ
國際越南語認證導論
Kèm Đề Thi Mẫu và Đáp Án 　解析　C級 高級　C CẤP ĐỘ

The Official Guide to the iVPT International Vietnamese Proficiency Test - Level C

策　　劃	國立成功大學 越南研究中心
電　　話	06-2387539
地　　址	701 台南市東區大學路1號
網　　址	http://cvs.twl.ncku.edu.tw
顧　　問	吳如平 美 · 蔡維寶 澳 · 清水政明 日 · 段善術 越
	黎克強 越 · 阮善南 越 · 阮氏青春 越 · 阮文協 越
主　　編	蔣為文
執行編輯	呂越雄 · 陳理揚
編輯小組	蔡氏清水 · 范玉翠薇 · 范海云 · 盧佩芊 · 阮功皇 · 陳氏蘭 · 裴光雄
	阮氏青河 · 黎氏寶珠 · 阮翠薇 · 阮俊義 · 陶香草 · 陳玟羽 · 洪憶心
出　　版	亞細亞國際傳播社
電　　話	06-2349881
網　　址	http://www.atsiu.com
劃撥帳號	31572187
劃撥戶名	亞細亞國際傳播社
出版日期	公元2021年9月初版第1刷
定　　價	新台幣 480元
I S B N	978-986-98887-5-2

活動紀實

成大越南研究中心與河內國家大學所屬社會人文大學越南學系簽約合作

成大越南研究中心與胡志明市國家大學所屬社會人文大學越南學系簽約合作

成大越南研究中心與河內大學越南學系簽約合作

第三屆台越人文比較研究國際研討會團體合影

第三屆台越人文比較研究國際研討會開幕致詞

越南駐台北辦事處代表陳維海前主任

成大校長蘇慧貞教授（左）與文學院院長陳玉女教授

成大越南研究中心主任蔣為文教授致詞

越南駐台北辦事處代表陳維海前主任致詞

前立法委員葉宜津致詞

知名詩人、越南作家協會副會長陳登科（右）
蒞臨指導

日本大阪大學越南學程主任清水政明教授蒞臨指導

國立政治大學民族系前主任林修澈榮譽教授蒞臨指導

美國哈佛大學越南學程主任吳如平教授蒞臨指導

澳洲國家大學越南學程主任蔡維寶教授蒞臨指導

越南社科院漢喃所阮蘇蘭研究員（左）、文化所所長
阮氏芳箴教授（右）與胡志明市國家大學所屬社會
人文大學副校長吳氏芳蘭教授（中）

澳洲 Monash 大學亞洲研究專家 Bruce JACOBS
教授（左）及紐西蘭維多利亞大學語言文化學院亞洲
研究專家 Catherine CHURCHMAN 教授（中）

越南社科院史學所、漢喃所、語言所與河內國家大學文學系等同仁合影

河內國家大學文學系副主任阮秋賢教授（中）推薦國際越南語認證

蔡維寶教授（左）與河內國家大學語言學系前主任陳智睿教授（右）

越南社科院文化所胡氏青娥研究員（左一）、高雄大學東亞語文學系越語組陳氏蘭助理教授（左二）與河內國家大學語言學系前主任陳智睿教授（右）

越南河內語言學會會長阮文康教授（左）、高雄大學東亞語文學系越語組陳氏蘭助理教授（中）與成大越南研究中心主任蔣為文教授（右）

胡志明市國家大學所屬社會人文大學中文系阮庭復主任

胡志明市國家大學所屬社會人文大學東方學系胡明光主任

高雄大學東亞語文學系越語組阮氏美香助理教授

高雄大學東亞語文學系越語組裴光雄助理教授

第二屆台越人文比較國際研討會開幕合影

越南文化藝術院前院長阮志斌教授蒞臨指導

越南電影學會副會長阮氏紅馥女士蒞臨指導

國立台灣大學外文系退休教授張裕宏蒞臨指導

丹麥哥本哈根大學亞洲研究專家 Oscar SALEMINK 教授蒞臨指導

國立東華大學亞太研究所前主任康培德教授（左）與荷蘭萊頓大學亞洲研究專家 K. J. P. F. M. Jeurgens 教授（右）蒞臨指導

第一屆台越人文比較國際研討會開幕合影

中央研究院亞太研究中心前執行長

國史館前館長

台灣東南亞學會前會長蕭新煌教授蒞臨指導

台灣教授協會前會長張炎憲教授蒞臨指導

加拿大多倫多大學亞太研究系梁文希教授蒞臨指導

中央研究院近史所許文堂教授蒞臨指導

東南亞研究國際知名學者 Nicholas Tarling 教授蒞臨指導

國際越南語認證
台灣國內考場

國際越南語認證
日本東京考場..

國際越南語認證
日本大阪考場..

目錄 MỤC LỤC

The Official Guide to the iVPT
International Vietnamese Proficiency Test

新南向從國際越南語認證開始

　　第三屆台越人文比較國際研討會於 2016 年 11 月 12 日至 14 日在國立成功大學舉行。主辦單位有國立成功大學越南研究中心、台灣語文測驗中心及社團法人台越文化協會等。這次研討會主題為「語言認證與對外越南語／台語教學」，共有來自越南、日本、美國、澳洲、紐西蘭、法國、德國、英國、中國及台灣等十國，總共一百五十多位學者參與發表或討論，為台灣最大規模的越南研究盛會！

　　為響應新政府的新南向政策，此屆主辦單位擴大邀請越南學者及國際知名的越南研究學者來參加。其中來自越南社科院、作家協會、北中南各大學、研究機構等各領域重要學者就有五十多位。此外，也邀請國際級專家學者擔任專題演講者，包含越南作家協會副會長、知名詩人陳登科，美國哈佛大學越南學程主任吳如平教授，日本大阪大學的越南學程主任清水政明教授，澳洲國立大學越南學程主任蔡維寶教授，國立政治大學原住民族中心前主任林修澈教授等人。

　　要深入認識一個民族的文化就要從學習它的語言開始。隨著來自東南亞國家的新移民人數的增加，東南亞語文在台灣也越來越受重視。譬如，教育部已正式　將東南亞語文自 107 學年度起列入國小的正式選修課程。東南亞新移民當中，以來自越南的「越鄉人」人數最多，因此越南語也是目前國內於國小及大學開課數量最多的東南亞語文。雖然越南語在台灣的開課量越來越多，但相關的師資、教材及語言認證工具仍相當缺乏。有鑑於此，主辦單位將「語言認證及對外越南語教學」列為這次研討會的主題。希望透過會議的交流能夠提升台灣的越南語教學品質。

　　國立成功大學越南研究中心長期投入越南語教材的編撰及越南語認證的研發。其中國際越南語認證已經過多次試驗成功，並藉由該次研討會向國內外學者正式介紹，也深獲與會學者的好評與支持。此外，國立成功大學越南研究中心也與越南最知名的三間大學，即河內國家大學、胡志明市國家大學與河內大學的越南學系正式簽約合作。合作的項目包含互相承認越語能力證書，合作研發越語認證試題及合作從事越南研究。未來，考生若通過國際越南語認證，就可申請到該校進修。

　　成大辦理的國際越南語認證為第一個符合越南教育部於 2015 年公告的越南語認證分級標準的越南語認證制度，也符合歐洲 CEFR 標準，共分為三階六級。目前已獲國內外許多有越南學系的大學承認，譬如越南國家大學、河內大學、美國哈佛大學、日本大阪大學及澳洲國立大學等。國際越南語認證為國際上第一個在越南本國以外地區辦理的國際級越南語認證制度，實為台灣之光。

　　當今的社會分工很細也非常注重專業證照。多一份越南語能力證照，就多一份前進越南的競爭能力！年輕人就該到海外拓展台灣的視野！立足台灣、放眼世界，就從報名國際越南語認證開始！祝所有的考生心想事成，實現夢想，成為台灣新南向的重要尖兵！

單元 2

國際越南語認證介紹

高級測驗

國際越南語認證的由來與內容

國立成功大學越南研究中心[1]於 2013 年 3 月 20 日正式由成大研究總中心核准成立。本中心之成立宗旨為促進台灣與越南之學術、教育與文化交流，並對越南之語言、文化、歷史、文學、藝術及少數民族等議題進行學術研究。

「國際越南語認證」（iVPT；International Vietnamese Proficiency Test；Kỳ Thi Năng Lực Tiếng Việt Quốc Tế）是國立成功大學越南研究中心所研發的越南語能力認證制度，目前已獲教育部及國外許多大學的越南學系承認，譬如越南國家大學、河內大學、美國哈佛大學、澳洲國立大學、日本大阪大學等（詳閱中心網站）。國際越南語認證由越南研究中心主任蔣為文教授擔任研發團隊召集人，結合台灣及越南兩邊的學者共同研發。蔣為文教授原為「全民台語認證　研發團隊的召集人及國立成功大學台灣語文測驗中心[2]主任。由於具有台語認證的研發經驗，因此能將語言認證的實務經驗成功轉換到越南語認證的開發。經過多年的研發與預試，於 2016 年 12 月正式開放報名考試。自 2017 年 12 月起增加國立高雄大學越南研究中心、2019 年 10 月起增加國立暨南大學東南亞研究中心為合辦單位。2020 年 2 月起增加日本考場。

當今的社會分工很細也非常注重專業證照。無論金融、資訊、電機、土木、語言等等都有相關的檢定考試。專業證照可以說是現在各行各業的趨勢。多一份越南語能力證照，就多一份前進越南的競爭能力！

國際越南語認證依照 CEFR 及越南教育部於 2015 年 9 月 1 日（S：17/2015/TT-BGD T）公布的越南語認證分級標準，共分為三階六級（3 cấp 6 bậc），分別為 A1（基礎級）、A2（初級）、B1（中級）、B2（中高級）、C1（高級）及 C2（專業級）。

---

[1] 國立成功大學越南研究中心網站 http://cvs.twl.ncku.edu.tw/
[2] 國立成功大學台灣語文測驗中心網站 http://ctlt.twl.ncku.edu.tw/

越南教育部用詞名稱		CEFR 用詞	iVPT 用詞
Sơ cấp	Bậc 1	A1	A1 基礎級
	Bậc 2	A2	A2 初　級
Trung cấp	Bậc 3	B1	B1 高　級
	Bậc 4	B2	B2 中高級
Cao cấp	Bậc 5	C1	C1 高　級
	Bậc 6	C2	C2 專業級

　　考試前，考生須先自行選擇初級（A）、中級（B）或高級（C）報考，考完後再依照成績細分成 A1 或 A2，B1 或 B2，C1 或 C2 的某一級數。初級測驗科目包含聽力測驗及閱讀測驗二科。中級及高級測驗則包含聽力測驗、閱讀測驗、書寫測驗及口語測驗四科。高級測驗科目、題型、時間及配分規劃如下。日後若有變更，請以國際越南語認證簡章公告的內容為準。

1. 高級測驗 ｜考試科目、題型、時間及配分｜

　　高級測驗科目分成 4 個部分：聽力測驗、閱讀測驗、書寫測驗及口語測驗，每科總分均 100 分。詳細考試科目、題型、時間及配分，請看下面圖表 1 的說明。閱讀測驗和書寫測驗採固定時間考試。聽力測驗考試時間大約是 30 分鐘以內，以實際試題內容錄音的時間為準，錄音內容宣布聽力測驗結束時須立即停止作答。聽力測驗和閱讀測驗的選擇題均為單選題，僅有一個正確答案。答對可得分，答錯不得分也不倒扣。

　　書寫測驗分為（a）看圖寫作、（b）作文。看圖寫作的部分請就提供的圖片寫出完整短文。作文的部分，請就提供的題目（越南文書寫）寫出完整短文。

　　口語測驗為 1 題口語表達，考生須針對提供的題目（越南文書寫）用越南語做即時演講。準備時間 2 分鐘，作答時間 3 分鐘。

圖表 1：國際越南語認證高級（C 級）考試科目、時間及配分

考試科目 & 題型	考試時間	分數配分	
聽力測驗（25 題單選題） (a) 會話選擇題（9 題） (b) 演說選擇題（16 題）	約 30 分鐘	(a) 36 分 (b) 64 分	小計 100 分
閱讀測驗（40 題單選題） (a) 詞彙與語法測驗（15 題） 　1. 詞彙測驗（10 題） 　2. 語法測驗（5 題） (b) 閱讀理解（25 題）	40 分鐘	(a) 37.5 分 (b) 62.5 分	小計 100 分
書寫測驗（2 題） (a) 看圖寫作（1 題） (b) 作　文（1 題）	40 分鐘	(a) 50 分 (b) 50 分	小計 100 分
口語測驗（1 題） 口語表達（1 題）： （每題準備時間 2 分鐘，作答時間 3 分鐘）	約 7 分鐘	100 分	小計 100 分
總　　計			400 分

圖表 2：國際越南語認證高級（C 級）級數及考試成績對應表

分級標準	考生成績總分 * （成績滿分 400 分）	標準說明
C1 高　級	240 ≤ 總分 ≤ 319	能了解廣泛領域且高難度的長篇章，而且可以認出隱藏其中的意義。能流利自然地自我表達，而且不會太明顯地露出尋找措辭的樣子。針對社交、學術及專業的目的，能彈性且有效地運用語文工具。能針對複雜的主題創作清晰、良好結構及詳細的篇章，呈現運用體裁、連接詞和統整性構詞的能力。
C2 專業級	320 ≤ 總分 ≤ 400	能輕鬆地了解幾乎所有聽到或讀到的信息。能將不同的口頭及書面信息作摘要，並可以連貫地重做論述及說明。甚至能於更複雜的情況下，非常流利又精準地暢所欲言，而且可以區別更細微的含意。

* 單科均必須有 50 分（含）以上才可申請此級證書。

KỲ THI NĂNG LỰC
TIẾNG VIỆT QUỐC TẾ

PHẦN THI CAO CẤP

KỲ THI NĂNG LỰC TIẾNG VIỆT QUỐC TẾ

Trung tâm Nghiên cứu Việt Nam thuộc Đại học Thành Công được thành lập vào ngày 20 tháng 3 năm 2013 theo quyết định của Đại học Quốc gia Thành Công, Đài Loan. Tôn chỉ hoạt động của Trung tâm Nghiên cứu Việt Nam là thúc đẩy sự giao lưu về học thuật, giáo dục và văn hóa giữa Đài Loan và Việt Nam, đồng thời nghiên cứu các vấn đề về ngôn ngữ, văn hóa, lịch sử, văn họa, nghệ thuật của Việt Nam v.v...

Ngày 18 tháng 2 năm 2017, Trung tâm Nghiên cứu Việt Nam đã tổ chức thành công "Kỳ thi năng lực tiếng Việt quốc tế" (viết tắt là iVPT). Với kinh nghiệm nhiều năm tổ chức thành công "Kỳ thi năng lực tiếng Đài", giáo sư Tưởng Vi Văn, giám đốc Trung tâm Nghiên cứu Việt Nam đồng thời là trưởng ban tổ chức, đã hợp tác với rất nhiều học giả Việt Nam và Đài Loan để tổ chức "Kỳ thi năng lực tiếng Việt quốc tế". "Kỳ thi năng lực tiếng Việt quốc tế" đã có thêm 2 đơn vị hợp tác tổ chức đó là Trung tâm Nghiên cứu Việt nam thuộc Đại học Cao Hùng gia nhập từ tháng 12 năm 2017, và Trung tâm Nghiên cứu Đông Nam Á thuộc Đại học Ký Nam gia nhập vào tháng 10 năm 2019. Từ năm 2020, ban tổ chức "Kỳ thi năng lực tiếng Việt quốc tế" đã mở thêm địa điểm thi tại Tokyo và Osaka của Nhật Bản.

"Kỳ thi năng lực tiếng Việt quốc tế" dựa theo tiêu chuẩn phân cấp của CEFR và thông tư của Bộ giáo dục Việt Nam công bố ngày 1/9/2015 (Số 17/2015/TT-BGDĐT) được chia làm 3 cấp và 6 bậc. Cụ thể như sau:

KNLTV-BGDT		CEFR	iVPT
Sơ cấp	Bậc 1	A1	A1 基礎級
	Bậc 2	A2	A2 初　級
Trung cấp	Bậc 3	B1	B1 中　級
	Bậc 4	B2	B2 中高級
Cao cấp	Bậc 5	C1	C1 高　級
	Bậc 6	C2	C2 專業級

Khi đăng ký dự thi, thí sinh sẽ phải lựa chọn cấp độ thi sơ cấp (cấp độ A), trung cấp (cấp độ B) hay cao (cấp độ C). Sau khi có điểm thi, cấp độ mới được phân thành một trong các bậc như A1 hoặc A2, B1 hoặc B2, C1 hoặc C2. Phần thi sơ cấp gồm có 2 phần: nghe hiểu và đọc hiểu. Phần thi trung cấp và cao cấp đều gồm có bốn phần: đọc hiểu, nghe hiểu, viết và nói. Nội dung và thời gian thi, kết cấu đề thi của cấp độ A và B đã được trình bày cụ thể trong cuốn "Cẩm nang luyện thi iVPT", hoan nghênh các bạn tìm đọc. Dưới đây là nội dung và thời gian các phần thi, cũng như kết cấu đề thi của cấp độ C.

1. Nội dung thi, loại đề thi, thời gian và cách tính điểm ở kỳ thi đánh giá năng lực cấp độ C

Ở phần thi đánh giá năng lực cấp độ C có 4 phần thi: nghe hiểu, đọc hiểu, viết và nói, mỗi phần thi có tổng điểm là 100 điểm. Có thể tham khảo bảng 1 để hiểu thêm về nội dung thi, loại đề thi, thời gian và cách tính điểm ở cấp độ C. Phần thi đọc hiểu và viết có thời gian thi cố định. Phần thi nghe hiểu có thời gian thi khoảng 30 phút, tùy vào thời gian ghi âm nội dung đề thi thực tế. Khi nội dung ghi âm tuyên bố phần thi nghe hiểu kết thúc, thí sinh phải dừng làm bài thi ngay lập tức. Trong tất cả các lựa chọn cho sẵn trên đề thi ở phần thi trắc nghiệm nghe hiểu và đọc hiểu, chỉ có một đáp án chính xác duy nhất. Nếu thí sinh chọn đúng sẽ được tính điểm, nếu thí sinh chọn sai sẽ không được tính điểm và không bị trừ ngược điểm từ tổng điểm.

Phần thi viết được chia thành 2 phần: (a) xem tranh và viết, (b) viết văn. Phần xem tranh và viết, thi sinh dựa vào những bức tranh cho sẵn để viết ra một đoạn văn hoàn chỉnh. Phần viết văn, thí sinh dựa vào chủ đề (bằng tiếng Việt) cho sẵn viết ra một đoạn văn hoàn chỉnh.

Phần thi nói chỉ có 1 câu hỏi để đánh giá khả năng biểu đạt của thí sinh. Thí sinh dựa vào chủ đề (bằng tiếng Việt) cho sẵn để nói. Thời gian chuẩn bị là 2 phút, thời gian nói là 3 phút.

Bảng 1. CAO CẤP: Nội dung thi, loại đề thi, thời gian và cách tính điểm

Nội dung thi và loại đề thi	Thời gian	Điểm	
Nghe hiểu（25 câu trắc nghiệm） (a) nghe hội thoại chọn đáp án (9 câu) (b) nghe đoạn văn chọn đáp án (16 câu)	Khoảng 30 phút	(a) 36 điểm	Tổng 100 điểm
		(b) 64 điểm	
Đọc hiểu (40 câu trắc nghiệm) (a) từ ngữ và ngữ pháp (15 câu) 　　1. từ ngữ (10 câu) 　　2. ngữ pháp (5 câu) (b) đọc hiểu (25 câu)	40 phút	(a) 37.5 điểm	Tổng 100 điểm
		(b) 62.5 điểm	
Viết (2 câu) (a) xem tranh và viết (1 câu) (b) viết văn (1 câu)	40 phút	(a) 50 điểm	Tổng 100 điểm
		(b) 50 điểm	
Nói（1 câu） Nói theo chủ đề (1 câu)： (có 2 phút để chuẩn bị và 3 phút để nói)	Khoảng 7 phút	100 điểm	Tổng 100 điểm
Tổng cộng			400 điểm

Bảng 2. CAO CẤP: Bảng đối chiếu cấp bậc và điểm số của iVPT

Tiêu chuẩn phân cấp	Tổng điểm của thí sinh * (cao nhất là 400 điểm)	Giải thích **
Bậc 5 C1	240 ≤ tổng điểm ≤ 319	Nhận biết và hiểu được hàm ý của những văn bản dài, có phạm vi nội dung rộng. Có khả năng diễn đạt trôi chảy, tức thì, không khó khăn khi tìm từ ngữ diễn đạt; sử dụng ngôn ngữ linh hoạt và hiệu quả phục vụ các mục đích quan hệ xã hội, mục đích học thuật và chuyên môn; viết rõ ràng, chặt chẽ, chi tiết về các chủ đề phức tạp, thể hiện khả năng tổ chức văn bản, sử dụng tốt từ ngữ nối câu và các công cụ liên kết trong văn bản.
Bậc 6 C2	320 ≤ tổng điểm ≤ 400	Dễ dàng hiểu hầu hết các văn bản nói và viết. Có khả năng tóm tắt được các nguồn thông tin nói hoặc viết, sắp xếp lại và trình bày lại một cách logic; diễn đạt rất trôi chảy và chính xác, phân biệt được những khác biệt tinh tế về ý nghĩa trong các tình huống phức tạp.

* Điểm thi của từng phần thi phải đạt từ 50 trở lên và tổng điểm thi của các phần thi phải đạt 240 điểm trở lên mới đủ điều kiện xin cấp giấy chứng nhận của cấp độ này.

** Theo nội dung thông tư của Bộ Giáo dục và Đào tạo Việt Nam công bố ngày 1/9/2015 (số 17/2015/TT-BGDĐT).

Memo

高級測驗

模擬試題
ĐỀ THI MẪU CẤP ĐỘ C

ĐẠI HỌC QUỐC GIA THÀNH CÔNG

KỲ THI NĂNG LỰC TIẾNG VIỆT QUỐC TẾ

國立成功大學越南研究中心國際越南語認證

ĐỀ THI MẪU 模擬試題

CẤP ĐỘ C 高級測驗

PHẦN I   NGHE HIỂU 聽力測驗

（a）   **NGHE HỘI THOẠI CHỌN ĐÁP ÁN**

（b）   **NGHE ĐOẠN VĂN CHỌN ĐÁP ÁN**

Phần thi này kéo dài khoảng 30 phút, tùy vào thời gian ghi âm thực tế. Mỗi câu hỏi đều có 4 lựa chọn để chọn ra 1 đáp án, mỗi câu 4 điểm, tổng cộng điểm thi là 100 điểm. Hãy dùng bút chì 2B tô lên vòng tròn của đáp án được chọn trên phiếu trả lời trắc nghiệm. Khi làm bài, thí sinh phải giữ cho tờ đề thi và phiếu trả lời trắc nghiệm sạch sẽ, không có bất cứ ký hiệu gì.

※   **Sau khi giám thị ra hiệu lệnh bắt đầu,**
thí sinh mới được lật sang trang sau để làm bài thi.

※   監考人員宣佈測驗開始後才可翻開試題作答

國際越南語認證 KỲ THI NĂNG LỰC TIẾNG VIỆT QUỐC TẾ

(a) NGHE HỘI THOẠI CHỌN ĐÁP ÁN

Hội thoại 1: *(từ câu 1 đến câu 3)*

Câu 1:

  (A) Lớp ngôn ngữ học.

  (B) Lớp học tiếng Việt.

  (C) Lớp văn hóa Việt Nam.

  (D) Lớp bồi dưỡng phương pháp dạy tiếng Việt như một ngoại ngữ.

Câu 2:

  (A) Đi dạy tiếng Việt.   (B) Đi Việt Nam du lịch.

  (C) Thi năng lực tiếng Việt.   (D) Sang Việt Nam làm việc.

Câu 3:

  (A) Thời gian nhập học là vào mùa hè.

  (B) Giáo viên giảng dạy đều đến từ Việt Nam.

  (C) Sau khi kết thúc khoá học sẽ được cấp chứng chỉ.

  (D) Muốn đăng ký lớp học tiếng Việt thì bắt buộc phải có bằng đại học.

Hội thoại 2: *(từ câu 4 đến câu 6)*

Câu 4:

  (A) Thiếu sự nhiệt tình.

  (B) Thiếu tri thức cơ bản.

  (C) Không có kinh nghiệm.

  (D) Không biết quản lý thời gian.

Câu 5:

  (A) Sinh viên cần phải biết nắm bắt cơ hội và đi thư viện tìm sách.

  (B) Nhận xét của thầy giáo về sinh viên và lời khuyên dành cho họ.

  (C) Sinh viên nên hưởng thụ tuổi trẻ để đến tuổi trung niên không tiếc nuối.

  (D) Thầy giáo phải làm việc không nên đợi đến khi tuổi già mới bắt đầu làm.

Câu 6:

  (A) Diễn đàn thầy và trò.

  (B) Diễn đàn thầy nói trò nghe.

  (C) Diễn đàn sống và làm việc.

  (D) Diễn đàn sinh viên và nghề nghiệp.

NCKU
國際越南語認證
iVPT
KỲ THI NĂNG LỰC TIẾNG VIỆT QUỐC TẾ

Kèm Đề Thi Mẫu và Đáp Án

Level C CẤP ĐỘ

國際越南語認證 KỲ THI NĂNG LỰC TIẾNG VIỆT QUỐC TẾ

Hội thoại 3: *(từ câu 7 đến câu 9)*

Câu 7:

(A) 1975.

(B) 1985.

(C) 2005.

(D) 2015.

Câu 8:

(A) Viết hồi ký.

(B) Viết tốc ký.

(C) Viết văn học cách mạng.

(D) Viết thơ ca ngợi đất nước.

Câu 9:

(A) Thế hệ trung niên trở lên mới yêu thích.

(B) Các độc giả nước ngoài vô cùng yêu thích.

(C) Chỉ những người tham gia cách mạng thích đọc.

(D) Thanh niên ngày nay và thế hệ trước đều rất yêu thích.

國際越南語認證　KỲ THI NĂNG LỰC TIẾNG VIỆT QUỐC TẾ

(b)　NGHE ĐOẠN VĂN CHỌN ĐÁP ÁN

Đoạn văn 1:　(từ câu 10 đến câu 12)
Câu 10:

(A) Đường ray xe lửa gặp sự cố.

(B) Người lái tàu vượt quá tốc độ.

(C) Đèn báo hiệu giao thông gặp sự cố.

(D) Người lái tàu không phân biệt được màu sắc.

Câu 11:

(A) Do môi trường sống.

(B) Do bố mang gen mù màu.

(C) Do mẹ mang gen mù màu.

(D) Do cả bố và mẹ đều mang gen mù màu.

Câu 12:

(A) Bệnh mù màu phổ biến ở nữ giới hơn là nam giới.

(B) Khuyết sắc là chứng bệnh không phân biệt được một số màu.

(C) Các nhà khoa học đã tìm ra phương pháp chữa trị bệnh mù màu.

(D) Người phương Tây ít mắc bệnh mù màu hơn người phương Đông.

Đoạn văn 2:　(từ câu 13 đến câu 15)
Câu 13:

(A) Tổ tiên loài mèo sống ở khu vực gần ao hồ.

(B) Những chú mèo sống ở khu vực ao hồ vẫn rất sợ nước.

(C) Lông mèo bị ướt sẽ hạn chế khả năng hoạt động của chúng.

(D) Khi tiếp xúc với nước, nhiệt độ cơ thể của mèo sẽ bị giảm xuống.

Câu 14:

(A) Chất tẩy rửa.　　　　　　　(B) Chất xúc tác.

(C) Chất ăn mòn.　　　　　　　(D) Chất kích thích.

Câu 15:

(A) Thường xuyên tắm cho mèo.

(B) Thường xuyên sấy khô lông mèo.

(C) Huấn luyện cho mèo không sợ nước.

(D) Tắm cho mèo không thật sự cần thiết.

Đoạn văn 3: *(từ câu 16 đến câu 18)*

Câu 16:

(A) Giúp tăng trưởng kinh tế.

(B) Giúp xây dựng thương hiệu.

(C) Giúp nâng cao chất lượng sản phẩm.

(D) Giúp giải thích về cách sử dụng sản phẩm.

Câu 17:

(A) Nâng cao giá bán sản phẩm.

(B) Giúp quảng cáo phát triển hơn.

(C) Nâng cao chất lượng sản phẩm.

(D) Giúp quảng cáo đạt hiệu quả tối ưu.

Câu 18:

(A) Hình ảnh hóa thương hiệu.

(B) Khẳng định vị trí của thương hiệu.

(C) Duy trì và đổi mới hình ảnh thương hiệu.

(D) Tạo sự nhận diện trong tâm trí khách hàng.

Đoạn văn 4: *(từ câu 19 đến câu 21)*

Câu 19:

(A) Cao hơn 2 - 4 độ C.   (B) Cao hơn 3 - 5 độ C.

(C) Thấp hơn 2 - 4 độ C.   (D) Thấp hơn 3 - 5 độ C.

Câu 20:

(A) Hoa.   (B) Rễ cây.

(C) Lá cây.   (D) Thân cây.

Câu 21:

(A) Sốt là biểu hiện cây đang mắc bệnh.

(B) Sốt là một biểu hiện thường thấy ở cây.

(C) Sốt sẽ thúc đẩy quá trình phát triển của cây.

(D) Thiếu nước sẽ dẫn đến việc cây không đủ chất.

國際越南語認證 KỲ THI NĂNG LỰC TIẾNG VIỆT QUỐC TẾ

Đoạn văn 5: ***(từ câu 22 đến câu 25)***

Câu 22:

(A) Cá thu.

(B) Cá nục.

(C) Cá cơm.

(D) Cá trích.

Câu 23:

(A) Xử lý cá, ướp muối, lên men khô, kéo rút.

(B) Xử lý cá, lên men khô, ướp muối, kéo rút.

(C) Xử lý cá, kéo rút, ướp muối, lên men khô.

(D) Ướp muối, xử lý cá, lên men khô, kéo rút.

Câu 24:

(A) Ướp cá vào mùa nóng khó chín hơn vào mùa lạnh.

(B) Ướp cá thịt rắn sẽ chín chậm hơn ướp cá thịt mềm.

(C) Ướp cá trong thùng lớn sẽ dễ chín hơn trong thùng nhỏ.

(D) Kỹ thuật chế biến không ảnh hưởng đến thời gian ướp cá.

Câu 25:

(A) 10 độ đạm.

(B) 20 độ đạm.

(C) 30 độ đạm.

(D) 40 độ đạm.

國際越南語認證 KỲ THI NĂNG LỰC TIẾNG VIỆT QUỐC TẾ

PHẦN II   ĐỌC HIỂU   閱讀測驗

(a)   TỪ VỰNG VÀ NGỮ PHÁP

(b)   ĐỌC HIỂU ĐOẠN VĂN

Phần thi này kéo dài 40 phút, chia làm 2 phần: Phần (a) Từ vựng và ngữ pháp, phần (b) Đọc hiểu đoạn văn. Mỗi câu hỏi đều có 4 lựa chọn để chọn ra 1 đáp án, mỗi câu 2,5 điểm, tổng cộng điểm thi là 100 điểm. Hãy dùng bút chì 2B tô lên vòng tròn của đáp án được chọn trên phiếu trả lời trắc nghiệm. Khi làm bài, thí sinh phải giữ cho tờ đề thi và phiếu trả lời trắc nghiệm sạch sẽ, không có bất cứ ký hiệu gì.

※   **Sau khi giám thị ra hiệu lệnh bắt đầu,**
thí sinh mới được lật sang trang sau để làm bài thi.

※   監考人員宣佈測驗開始後才可翻開試題作答

國際越南語認證　KỲ THI NĂNG LỰC TIẾNG VIỆT QUỐC TẾ

(a)　TỪ VỰNG VÀ NGỮ PHÁP

Câu 1: Bàn thắng không được công nhận, vì trọng tài cho rằng một cầu thủ đã phạm lỗi _____ .

(A) Liệt vị.　　　　(B) Việt vị.　　　　(C) Định vị.　　　　(D) Thiên vị.

Câu 2: Theo chẩn đoán của bác sĩ, đứa trẻ này rất có khả năng đã mắc chứng bệnh _____ .

(A) Tự kỷ.　　　　(B) Vị kỷ.　　　　(C) Thế kỷ.　　　　(D) Ích kỷ.

Câu 3: Chị ấy vừa trải qua cơn bạo bệnh, trước mắt cần phải _____ một thời gian.

(A) Tĩnh điện.　　　(B) Tĩnh lặng.　　　(C) Tĩnh mịch.　　　(D) Tĩnh dưỡng.

Câu 4: Trịnh Công Sơn là nhạc sĩ nổi tiếng khắp Việt Nam với rất nhiều ca khúc _____ .

(A) Bất hủ.　　　　(B) Bất lực.　　　　(C) Bất nhẫn.　　　　(D) Bất lương.

Câu 5: _____ là loài chim rừng, sống nhiều ở vùng rừng rậm núi cao, khí hậu mát và lạnh như Lạng Sơn, Lai Châu và Sơn La của Việt Nam.

(A) Họa sĩ.　　　　(B) Họa đồ.　　　　(C) Họa mi.　　　　(D) Họa tiết.

Câu 6: Anh ấy luôn cư xử _____ , lịch thiệp trong mọi tình huống.

(A) Nhã nhặn.　　　(B) Nhã nhạc.　　　(C) Trang nhã.　　　(D) Khiếm nhã.

Câu 7: Các công nhân đang trộn hỗn hợp _____ , để chuẩn bị xây lại tường cho ngôi nhà bị đổ do động đất hồi tuần trước.

(A) Xi mạ.　　　　(B) Xi lanh.　　　　(C) Xi nhan.　　　　(D) Xi măng.

Câu 8: Thử thách lớn nhất trong cuộc đời thường không xảy ra trong _____ mà là sau khi đạt được thành công.

(A) Nghịch lý.　　　(B) Nghịch tặc.　　　(C) Nghịch cảnh.　　　(D) Nghịch ngợm.

NCKU
國際越南語認證
IVPT
Kèm Đề Thi Mẫu và Đáp Án
KỲ THI NĂNG LỰC TIẾNG VIỆT QUỐC TẾ
Level C CẤP ĐỘ

國際越南語認證 KỲ THI NĂNG LỰC TIẾNG VIỆT QUỐC TẾ

Câu 9: Ai nấy đều mệt bở hơi tai mới _____ hết đống đồ đạc lên đến tầng năm cho bạn ấy.

(A) Xô.　　　　(B) Đạp.　　　　(C) Chôn.　　　　(D) Khiêng.

Câu 10: _____ cô ta rất thất thường, vui đó buồn đây chả ai biết được!

(A) Tính khí.　　(B) Tính chất.　　(C) Tính toán.　　(D) Tính mạng.

Câu 11: Từ nào sau đây có cấu tạo từ khác với những từ còn lại?

(A) Bơi lội.　　(B) Bơi ếch.　　(C) Bơi ngửa.　　(D) Bơi bướm.

Câu 12: Tên cướp vét _____ sành sanh mọi thứ quý giá trong nhà.

(A) Đủ.　　　　(B) Sạch.　　　　(C) Hết.　　　　(D) Gọn.

Câu 13: _____ biết con đường phía trước còn nhiều chông gai, nhưng tôi sẽ không bỏ cuộc.

(A) Chỉ.　　　　(B) Nếu.　　　　(C) Dẫu.　　　　(D) Còn.

Câu 14: _____ nó không đến không phải là lỗi của anh ấy.

(A) Vì.　　　　(B) Tuy.　　　　(C) Nên.　　　　(D) Việc.

Câu 15: Mặc dù trải qua rất nhiều gian lao, thử thách, nhưng chúng tôi vẫn cố gắng, vì các thành viên trong nhóm luôn tin rằng_____chúng tôi_____thành công.

(A) Giá như... thì...　　　　　　(B) Bất kể... cũng...

(C) Thà... còn hơn...　　　　　　(D) Thế nào... cũng...

國際越南語認證 KỲ THI NĂNG LỰC TIẾNG VIỆT QUỐC TẾ
(b) ĐỌC HIỂU ĐOẠN VĂN

Đoạn văn 1:

Hồ Xuân Hương là một trong những nhà thơ nữ nổi tiếng của Việt Nam. Sống vào thời kỳ cuối thế kỷ 18 và đầu thế kỷ 19, nữ thi sĩ lớn lên trong giai đoạn đất nước có những bất ổn về chính trị và xã hội. Chính những thay đổi này cùng với tư tưởng "trọng nam khinh nữ" thời phong kiến đã có ảnh hưởng lớn tới đề tài sáng tác của Hồ Xuân Hương. Thơ của Hồ Xuân Hương được viết bằng chữ Nôm với cách viết vô cùng độc đáo và nhiều tầng ý nghĩa, vừa thanh vừa tục, vừa mang tính trào phúng vừa đậm chất trữ tình. Thơ Hồ Xuân Hương thể hiện sự phê phán đanh thép đối với xã hội cũ, là sự thương cảm, bất mãn bởi thân phận bọt bèo của người phụ nữ Việt Nam thời phong kiến, đồng thời là tiếng nói thể hiện tư tưởng đòi bình quyền cho người phụ nữ. Thơ Hồ Xuân Hương đậm chất hiện thực pha lẫn cái ngông, cái bất cần lẫn phản kháng của một nữ sĩ. Điều này rất hiếm có trong xã hội lúc bấy giờ, đặc biệt là trong thơ ca. Vì vậy, có thể nói, "Hồ Xuân Hương" là một hiện tượng thơ ca đầy lý thú, là một nhà thơ phá cách đáng trân trọng trong nền văn học trung đại của Việt Nam. Hồ Xuân Hương đã vận dụng chữ Nôm rất thuần thục, tinh tế, tạo nên những áng thơ mang đậm "chất nôm" nhưng không kém phần sâu sắc cho nền thơ ca Việt Nam. Chính vì thế, bà được người đời mệnh danh là "Bà Chúa thơ Nôm".

Câu 16: Những nhân tố chủ yếu nào ảnh hưởng đến thơ ca Hồ Xuân Hương?

(A) Đất nước trải qua những biến động lớn về chính trị.

(B) Thân phận bọt bèo của người phụ nữ trong xã hội cũ.

(C) Phong trào nữ quyền trong xã hội Việt Nam lúc bấy giờ.

(D) Bất ổn thời cuộc và định kiến của xã hội với người phụ nữ.

Câu 17: Phong cách sáng tác thơ của Hồ Xuân Hương là gì?

(A) Ngôn ngữ châm biếm, ngạo mạn, ý thơ tục tĩu.

(B) Ngôn ngữ trào phúng, ghép vần linh hoạt, ý thơ dí dỏm.

(C) Ngôn ngữ trào phúng, cách viết độc đáo, ý thơ tràn đầy tình cảm.

(D) Ngôn ngữ châm biếm, ngòi bút phóng khoáng, ý thơ nửa tục nửa thanh.

Câu 18: Theo đoạn văn trên, tại sao Hồ Xuân Hương được gọi là "Bà Chúa thơ Nôm"?

(A) Vì bà sáng tạo ra chữ Nôm.

(B) Vì tác phẩm của bà ca ngợi chữ Nôm.

(C) Vì bà vận dụng chữ Nôm một cách tinh tế.

(D) Vì tác phẩm của bà dùng chữ Nôm nhiều hơn chữ Hán.

國際越南語認證 KỲ THI NĂNG LỰC TIẾNG VIỆT QUỐC TẾ

Đoạn văn 2:

Thực phẩm biến đổi gen là những thực phẩm được tạo ra bằng cách sử dụng phương pháp kỹ thuật di truyền để thay đổi ADN (nguồn gốc từ tiếng Pháp *Acide Désoxyribonucléique*) của sinh vật. Đây là quá trình biến đổi mã di truyền của động thực vật nhằm giúp chúng chống lại sâu bọ, tăng cường năng suất trong nuôi trồng. Vì vậy, phương pháp biến đổi gen thường mang lại năng suất cao trong sản xuất nông nghiệp. Sản phẩm được biến đổi gen thường trông đẹp mắt và to hơn những sản phẩm tự nhiên. Tuy nhiên, tác hại của thực phẩm biến đổi gen đối với cơ thể con người vẫn đang là một vấn đề gây nhiều tranh cãi. Nhiều công ty sản xuất nông sản đã cố gắng chứng minh sản phẩm biến đổi gen của họ an toàn và vô hại. Tuy nhiên, trên thực tế, đã có nhiều bằng chứng khoa học cho thấy, việc sử dụng thực phẩm biến đổi gen sẽ khiến cho cấu trúc gen của con người trở nên bất thường. Hậu quả là tuổi thọ của con người sẽ bị rút ngắn, đồng thời sẽ mắc những căn bệnh lạ nếu dùng thực phẩm biến đổi gen trong một thời gian dài. Chính vì nguyên nhân này mà thực phẩm biến đổi gen bị cấm hoặc hạn chế bán tại nhiều nước châu Âu.

Câu 19: Tại sao thực phẩm biến đổi gen không phải là thực phẩm tự nhiên?

(A) Vì được trồng trong môi trường đặc biệt.

(B) Vì mã di truyền của sinh vật đã được biến đổi.

(C) Vì là sản phẩm được trồng trong phòng thí nghiệm.

(D) Vì sử dụng phương pháp kỹ thuật để duy trì mã di truyền của sinh vật.

Câu 20: Phương pháp biến đổi gen có ưu điểm gì?

(A) Mang lại năng suất cao.

(B) An toàn với cơ thể người.

(C) Kéo dài tuổi thọ cho con người.

(D) Giúp con người phòng chống bệnh tật.

Câu 21: Tác hại của thực phẩm biến đổi gen là gì?

(A) Làm thay đổi môi trường sinh trưởng của sinh vật.

(B) Làm thay đổi gen của người, tạo ra những bệnh lạ.

(C) Làm giảm sản lượng tiêu thụ của sản phẩm tự nhiên.

(D) Làm biến đổi gen của sinh vật, dẫn đến năng suất thấp.

國際越南語認證 KỲ THI NĂNG LỰC TIẾNG VIỆT QUỐC TẾ

Đoạn văn 3:

Thể thơ lục bát là một trong những thể loại thơ đặc sắc nhất của nền văn học Việt Nam. Thể thơ này được sử dụng rộng rãi trong các câu ca dao và các tác phẩm văn học. Thể thơ lục bát bao gồm câu lục và câu bát. Câu lục gồm sáu chữ, còn câu bát gồm tám chữ. Ví dụ như câu ca dao sau:

Công cha như núi Thái Sơn

Nghĩa mẹ như nước trong nguồn chảy ra.

Một lòng thờ mẹ kính cha

Cho tròn chữ hiếu mới là đạo con.

Số lượng câu trong thể thơ này thường là số chẵn, cũng có trường hợp là số lẻ. Thể thơ lục bát có kết cấu chặt chẽ, thể hiện rõ ràng trong bốn mặt: phối thanh, gieo vần, tiểu đối và ngắt nhịp. Về mặt phối thanh, các tiếng một, ba, năm có thể tự do về thanh, nhưng các tiếng hai, bốn và sáu thì phải tuân theo luật. Luật phối thanh ở các tiếng chẵn trong câu lục lần lượt là bằng, trắc, bằng; trong câu bát sẽ là bằng, trắc, bằng, bằng. Trong tiếng Việt, thanh bằng bao gồm hai thanh là thanh ngang và thanh huyền, các thanh còn lại đều thuộc thanh trắc. Một điều cần lưu ý nữa là, trong câu bát, tiếng thứ sáu và tiếng thứ tám phải khác thanh, ví dụ trong câu thứ hai của bài ca dao trên, tiếng thứ sáu là từ "nguồn" (thanh huyền) thì tiếng thứ tám là từ "ra" (thanh ngang). Về mặt gieo vần, thể thơ lục bát có thể gieo rất nhiều vần khác nhau. Cách gieo vần trong thể thơ lục bát như sau, chữ cuối của câu lục sẽ gieo với chữ thứ sáu của câu bát, chữ cuối của câu bát sẽ gieo với chữ cuối của câu lục tiếp theo. Về mặt tiểu đối, bao gồm đối thanh và đối ý. Đối thanh chủ yếu xảy ra ở tiếng thứ sáu và tiếng thứ tám của câu bát, hai tiếng này phải khác thanh nhau, như đã phân tích phía trên. Đối ý thường là ý của cả câu lục sẽ đối với ý của cả câu bát. Xét ví dụ trên, nếu câu lục đầu tiên nói về công lao của người cha, thì câu bát tiếp theo nói về ơn nghĩa của người mẹ. Về mặt ngắt nhịp, thể thơ lục bát thường ngắt nhịp chẵn 2/2/2 ở câu lục và 4/4 ở câu bát. Thế nhưng cũng có một số trường hợp để biểu thị những ý nghĩa riêng, cách ngắt nhịp sẽ thay đổi thành 3/3 hoặc 1/5 ở câu lục và 3/5 ở câu bát.

Câu 22: Câu nào dưới đây đúng với cách phối thanh trong thể thơ lục bát?

(A) Tiếng thứ nhất và thứ hai của câu lục nhất định phải là thanh bằng.

(B) Tiếng thứ nhất và thứ hai của câu bát nhất định phải là thanh bằng.

(C) Tiếng thứ hai và thứ ba của câu lục không nhất định phải là thanh bằng.

(D) Tiếng thứ nhất và thứ ba của câu lục không nhất định phải là thanh bằng.

Câu 23: Câu nào dưới đây đúng với cách gieo vần trong thể thơ lục bát?

(A) Cả bài chỉ gieo duy nhất một vần ở cuối câu.

(B) Chữ cuối cùng của câu lục gieo với chữ thứ tư của câu bát.

(C) Chữ cuối cùng của câu lục gieo với chữ thứ sáu của câu bát.

(D) Chữ cuối cùng của câu lục gieo với chữ cuối cùng của câu bát.

Câu 24: Thanh nào dưới đây thuộc thanh bằng?

(A) Thanh sắc.　　(B) Thanh hỏi.　　(C) Thanh nặng.　　(D) Thanh ngang.

國際越南語認證 KỲ THI NĂNG LỰC TIẾNG VIỆT QUỐC TẾ

Đoạn văn 4:

   Tấm Cám chuyện chưa kể là một bộ phim cổ trang giả tưởng dựa trên câu chuyện cổ tích *Tấm Cám*, một câu chuyện cổ tích được lưu truyền rộng rãi trong dân gian. Nội dung phim ngoài việc dựa trên cốt truyện *Tấm Cám*, còn thêm vào các yếu tố lịch sử góp phần hoàn thiện bối cảnh cho bộ phim. Bộ phim này do Ngô Thanh Vân đảm nhiệm vai trò đạo diễn, nhà sản xuất kiêm biên kịch và được công chiếu vào ngày 19 tháng 8 năm 2016. *Tấm Cám chuyện chưa kể* đã tạo nên một kỷ lục khi đạt doanh thu hơn 66 tỷ đồng sau một tháng công chiếu, góp phần đưa nền điện ảnh Việt Nam lên một tầm cao mới. Các diễn viên tham gia trong phim là những người mẫu, ca sĩ, diễn viên đang được nhiều người yêu mến, như Hạ Vi, Ninh Dương Lan Ngọc, Ngô Thanh Vân, *Issac* v.v... cũng như các nghệ sĩ nhân dân và nghệ sĩ ưu tú có nhiều kinh nghiệm trong diễn xuất như Ngọc Giàu, Thành Lộc, Hữu Châu. Bộ phim được đầu tư kỹ càng cả về bối cảnh lẫn trang phục. Bối cảnh trong phim chủ yếu được lấy từ phong cảnh non nước của Ninh Bình, cùng với những hiệu ứng kỹ xảo, góp phần tạo nên những thước phim đẹp như mơ, làm say đắm lòng người. Trang phục trong phim cũng được đặc biệt chú trọng để tạo nên một vẻ đẹp thuần Việt và không bị lai căng như một số phim cổ trang khác. Bài hát *Bống bống bang bang* của nhạc sĩ *Only C* được sáng tác làm ca khúc chủ đề của phim. Lời bài hát dựa trên câu chuyện cổ tích cùng tên, với ca từ giản đơn, mộc mạc và dễ nhớ, nên nó đã nhanh chóng chiếm được cảm tình của mọi người. Bài hát này thành công còn dựa vào điệu nhảy dễ thương với sự trình diễn của nhóm 365. Nó đã thu hút hơn 232 triệu lượt người xem trên *Youtube* và rất nhiều bản *cover* khác nhau.

Câu 25: Câu nào dưới đây đúng với nội dung của bộ phim *Tấm Cám chuyện chưa kể*?

   (A) Là một bộ phim truyền tải nội dung lịch sử Việt Nam thời phong kiến.

   (B) Là một bộ phim hoàn toàn bám sát nội dung câu chuyện cổ tích *Tấm Cám*.

   (C) Là một bộ phim với cốt truyện hoàn toàn mới do Ngô Thanh Vân sáng tác.

   (D) Là một bộ phim có nội dung được cải biên dựa trên câu chuyện cổ tích *Tấm Cám*.

Câu 26: Câu nào dưới đây đúng với nội dung đoạn văn trên?

   (A) Bối cảnh trong phim đều là thiết kế đồ họa.

   (B) Toàn bộ diễn viên trong phim đều là nghệ sĩ ưu tú.

   (C) Trang phục được thiết kế mang đậm phong cách Việt Nam.

   (D) Bộ phim sau khi công chiếu một tuần đã đạt tổng doanh thu 66 tỷ đồng.

Câu 27: Tại sao bài hát *Bống bống bang bang* được mọi người yêu mến?

   (A) Bài hát được 232 người biểu diễn.

   (B) Bài hát với ca từ bình dị, dễ thuộc.

   (C) Bài hát được sáng bởi nhạc sĩ *Only C*.

   (D) Bài hát với ca từ mỹ miều, lay động lòng người.

國際越南語認證 KỲ THI NĂNG LỰC TIẾNG VIỆT QUỐC TẾ

Đoạn văn 5:

Ngày nay, bệnh béo phì đang là mối lo ngại của rất nhiều người. Bệnh béo phì là nguyên nhân dẫn đến nhiều căn bệnh khác như máu nhiễm mỡ, gan nhiễm mỡ, tim mạch, tiểu đường v.v… Để ngăn ngừa bệnh béo phì, con người có xu hướng thực hiện việc giảm cân. Trong quá trình giảm cân, người ta chú trọng đến việc giảm lượng đường trong cơ thể. Hằng ngày, cơ thể con người hấp thụ đường thông qua các loại thức ăn chứa nhiều tinh bột như gạo, bánh mỳ, bánh ngọt, khoai v.v… Đường huyết ở người bình thường khi đói dao động trong khoảng từ 4,0-5,9 mmol/l (72-108 mg/dl) và dưới 7,8 mmol/l sau khi ăn hai giờ. Đường huyết cao hơn chỉ số này sẽ dễ dẫn đến bệnh tiểu đường. Để điều tiết lượng đường trong máu, cơ thể người cần được tăng cường chất xơ từ rau xanh và hoa quả. Bên cạnh đó, cơ thể phải thường xuyên vận động và bổ sung nước đầy đủ. Tuy nhiên, nếu hạn chế quá mức sẽ dẫn đến việc thiếu hụt đường, gây nguy cơ cho bệnh hạ huyết áp và suy giảm quá trình trao đổi chất của cơ thể. Khi quá trình trao đổi chất bị giảm, cơ thể con người sẽ trở nên mỏi mệt và thiếu sức sống. Vì vậy, cần ăn uống và vận động hợp lý để duy trì lượng đường vừa đủ cho cơ thể.

Câu 28: Đường huyết bao nhiêu là bình thường đối với cơ thể người?

　(A) Dưới 7,8 mmol/l sau khi ăn 2 giờ.

　(B) Dưới 4,0 mmol/l khi cơ thể nhịn đói.

　(C) Cao hơn 7,8 mmol/l trước khi ăn 2 giờ.

　(D) Từ 4,0-5,9 mmol/l khi ăn uống đầy đủ.

Câu 29: Làm thế nào để duy trì đường huyết bình thường?

　(A) Giảm ăn các thực phẩm từ thịt đỏ.

　(B) Giảm ăn các loại rau xanh và hoa quả tươi.

　(C) Dùng khoai thay thế cho cơm trong bữa ăn.

　(D) Uống đủ nước, vận động và bổ sung chất xơ.

Câu 30: Cơ thể người thiếu đường sẽ dẫn đến tình trạng gì?

　(A) Cơ thể sẽ bị suy dinh dưỡng.

　(B) Suy giảm quá trình trao đổi chất.

　(C) Tăng nguy cơ bị các bệnh về gan.

　(D) Dễ mắc phải các bệnh về tim mạch.

國際越南語認證 KỲ THI NĂNG LỰC TIẾNG VIỆT QUỐC TẾ

Đoạn văn 6:

Thần đồng Đất Việt là một bộ truyện tranh Việt Nam được công chúng đón nhận và yêu thích, đặc biệt là các bạn thiếu niên, nhi đồng. Các nhân vật chính trong truyện là những đứa trẻ, được đặt tên theo mười hai con giáp của Việt Nam như: Trạng Tí, Sửu Ẹo, Dần Béo và Cả Mẹo. Cốt truyện dựa vào các điển tích lịch sử của Việt Nam, cũng chính vì thế, bộ truyện này có giá trị giáo dục khá cao. Tập truyện đầu tiên với tên gọi là *Pháp sư gọi bưởi* có nội dung khá đơn giản. Mọi người cùng nhau chơi đùa, không may làm rơi quả bưởi xuống hố. Khi ấy, Trạng Tí rất thông minh đã nghĩ ra cách dùng nước đổ vào hố để lấy bưởi lên. Một tập truyện khác mang tên *Thầy đồ mắc nạn* kể về bố của Sửu, vốn là một thầy đồ của làng, không may va chạm với quan huyện đang cải trang thành thường dân để thị sát dân tình. Bố Sửu không những không xin lỗi mà còn lớn tiếng chửi bới quan huyện, vì thế mà bị áp giải đi. Dân làng cầu xin quan huyện tha cho thầy đồ. Quan huyện phán: "Ta cho một đề toán, trong thời hạn cháy hết một cây nhang, ngươi phải giải xong. Nếu không sẽ bị cắt lưỡi". Có 17 quả lê, làm sao để chia cho quan huyện 1/2 số lê, thầy đồ 1/3 số lê và Sửu 1/9 số lê. Thầy đồ không giải được câu đố ấy. Nhưng rất may, Trạng Tí đã nghĩ ra cách mượn quan thêm một quả lê, như vậy có tổng cộng 18 quả lê. Sau đó, Tí chia số lê ấy theo đúng yêu cầu của quan như sau: quan được 9 quả, thầy đồ được 6 quả và Sửu được 2 quả. Sau khi chia xong, vẫn còn dư một quả, cũng là quả mà Trạng Tí đã mượn thêm ban đầu. Nhờ Trạng Tí giải được câu đố, nên thầy đồ được thoát nạn. Bộ truyện được xuất bản từ năm 2002, khoảng 130 tập truyện đầu tiên được xuất bản bởi Nhà xuất bản Trẻ, những tập tiếp theo được xuất bản bởi Nhà xuất bản Văn hóa Sài Gòn, Nhà xuất bản Thời Đại v.v... Cho đến nay, bộ truyện vẫn luôn được độc giả mọi lứa tuổi yêu thích.

Câu 31: Câu nào dưới đây đúng với nội dung đoạn văn trên?

(A) Toàn bộ bộ truyện do Nhà xuất bản Trẻ xuất bản.

(B) Nội dung của bộ truyện chủ yếu dựa trên các điển tích.

(C) Bộ truyện là một tác phẩm hợp tác của Việt Nam và Đài Loan.

(D) Các nhân vật chính đều được đặt tên theo mười hai con giáp của Trung Quốc.

Câu 32: Bố Sửu làm nghề gì?

(A) Dạy học.   (B) Bói toán.

(C) Buôn bán.   (D) Làm quan.

Câu 33: Trong tập truyện *Thầy đồ mắc nạn*, Tí xử lý câu đố như thế nào?

(A) Đổ nước vào hố.

(B) Cầu xin quan huyện.

(C) Mượn thêm một quả lê.

(D) Bổ quả lê thành hai phần.

國際越南語認證 KỲ THI NĂNG LỰC TIẾNG VIỆT QUỐC TẾ

Đoạn văn 7:

Ung thư là tên dùng chung để mô tả một nhóm các bệnh phản ánh sự đột biến của tế bào. Thông thường, các tế bào sẽ tuân theo một quy trình: phát triển, phân chia thành tế bào mới rồi chết đi, nhưng tế bào ung thư thì khác. Chúng là những tế bào bất tử. Thay vì chết đi, tế bào ung thư sẽ tiếp tục sinh sôi nảy nở, xâm lấn các mô ở gần (xâm lấn cục bộ) hay ở xa (di căn) qua hệ thống bạch huyết hay mạch máu. Di căn là nguyên nhân chính khiến bệnh nhân ung thư tử vong. Vì tế bào ung thư khi di căn, tạo thành các khối u mới, xâm lấn các tế bào bình thường. Điều này đã làm tê liệt và ngăn cản các cơ quan trong cơ thể vận hành, dẫn đến việc cơ thể suy kiệt, đau đớn và bất lực trước các bệnh tật khác, cuối cùng dẫn đến hệ quả tất yếu là tử vong. Với sự phát triển của y học ngày nay, chúng ta đã xác định được khá nhiều nguyên nhân có thể gây ra ung thư, được chia thành tác nhân bên trong và bên ngoài. 90% trường hợp ung thư ngày nay đều do tác động từ yếu tố bên ngoài. Đầu tiên phải kể đến thuốc lá, sau đó là chế độ ăn uống không hợp lý, tiếp xúc trực tiếp với các loại bức xạ và cuối cùng là các tác nhân đến từ vi-rút và vi khuẩn. Yếu tố bên trong gây ung thư là yếu tố di truyền, chiếm khoảng 5-10% tỷ lệ các ca mắc ung thư ngày nay.

Câu 34: Theo đoạn văn trên, các tế bào thông thường sẽ phát triển như thế nào?

(A) Sinh sôi nảy nở, xâm lấn các mô gần.

(B) Phân chia thành tế bào mới rồi chết đi.

(C) Phát triển đột biến và sinh ra tế bào mới.

(D) Di căn qua hệ thống bạch huyết rồi chết đi.

Câu 35: Đặc tính của những tế bào ung thư là gì?

(A) Những tế bào bất tử.

(B) Những tế bào cộng sinh.

(C) Những tế bào sinh sôi nảy nở rồi chết đi.

(D) Những tế bào phát triển thành tế bào mới rồi chết đi.

Câu 36: Nguyên nhân gì dẫn đến 5-10% các ca ung thư ngày nay?

(A) Vi-rút và vi khuẩn.

(B) Nhân tố di truyền.

(C) Cơ thể suy kiệt và đau đớn.

(D) Hút thuốc lá và ăn uống không hợp lý.

Đoạn văn 8:

Trên thế giới, lương tối thiểu được coi là một công cụ đảm bảo an sinh xã hội, thu hẹp khoảng cách bất bình đẳng trong thu nhập và đảm bảo phân chia thành quả kinh tế công bằng. Thế nhưng ở Việt Nam, lương tối thiểu không chỉ quan trọng với người lao động mà còn tạo ra "sức nặng" vô cùng lớn đối với doanh nghiệp. Điều chỉnh mức lương tối thiểu phải phù hợp với tăng trưởng năng suất lao động. Việc tăng lương tối thiểu cao hơn năng suất lao động dẫn tới nhiều tác động tiêu cực như: làm giảm động lực của nhà đầu tư, lợi nhuận của doanh nghiệp và sức cạnh tranh của nền kinh tế. Theo nhiều báo cáo chuyên môn gần đây, trong khi năng suất lao động của Việt Nam trong mười năm trở lại đây chỉ đạt 4,4%, nhưng tỷ lệ tăng trưởng bình quân của tiền lương đã đạt 5,8%. Tuy nhiên, một thực tế cho thấy rằng, mặc dù mức lương tối thiểu hiện nay của người lao động tại Việt Nam vẫn được điều chỉnh hằng năm, nhưng vẫn quá thấp so với mức chi tiêu trong xã hội. Trung bình một công nhân mới vào nghề phải tăng ca trên 12 tiếng một tuần, thì tiền lương hằng tháng mới đảm bảo cho việc chi trả đủ các khoản chi tiêu. Điều này khiến cho nhiều chuyên gia kinh tế lo ngại rằng, trong những năm tới, kinh tế xã hội Việt Nam phải đối mặt với những vấn đề sau: Một là, lương tối thiểu sẽ không được tăng thêm để có thể cân bằng lại với năng suất lao động; Hai là, để tăng năng suất lao động, các doanh nghiệp lại sẽ phải thay đổi phương thức sản xuất bằng cách sử dụng máy móc thiết bị thay thế cho sức người. Điều này sẽ khiến cho nhiều người lao động phải đối mặt với nguy cơ mất việc. Cả hai khả năng trên đều khiến cho người lao động Việt "chới với" trong việc lo toan cuộc sống, gây ra sự mất cân đối về an sinh xã hội, từ đó tạo sức ép vô cùng lớn cho xã hội Việt Nam.

Câu 37: Việc tăng mức lương tối thiểu cao hơn năng suất lao động sẽ dẫn đến điều gì?

(A) Tăng sức cạnh tranh của nền kinh tế.

(B) Giảm động lực đầu tư của doanh nghiệp.

(C) Giảm tỉ lệ thất nghiệp của lao động Việt Nam.

(D) Làm giảm sức ép cho nền kinh tế hiện tại của Việt Nam.

Câu 38: Từ "sức nặng" trong đoạn văn trên có nghĩa là gì?

(A) Áp lực.   (B) Cân nặng.   (C) Động lực.   (D) Cân bằng.

Câu 39: Để tăng năng suất lao động, doanh nghiệp sẽ làm gì?

(A) Thuê nhiều lao động hơn.

(B) Dùng máy móc thay vì dùng sức người.

(C) Thay đổi mức lương để khuyến khích người lao động.

(D) Bắt lao động làm thêm giờ thay cho việc sử dụng máy móc.

Câu 40: Theo đoạn văn trên, sau khi điều chỉnh mức lương tối thiểu hiện tại, tình hình của người lao động như thế nào?

(A) Được cân bằng về chế độ an sinh xã hội.

(B) Hằng tháng đều có một khoản tiết kiệm nho nhỏ.

(C) Không cần tăng ca vẫn có thể sống ở mức trung bình.

(D) Vẫn phải tăng ca mới có thể chi trả cho nhu cầu cuộc sống.

HẾT

ĐẠI HỌC QUỐC GIA THÀNH CÔNG

KỲ THI NĂNG LỰC TIẾNG VIỆT QUỐC TẾ

國立成功大學越南研究中心國際越南語認證

ĐỀ THI MẪU 模擬試題

CẤP ĐỘ C 高級測驗

PHẦN III   VIẾT 書寫測驗

（a）**XEM TRANH VÀ VIẾT**

（b）**VIẾT VĂN**

Phần thi này kéo dài 40 phút, tổng số điểm thi là 100 điểm, chia làm 2 phần: Phần (a) Xem tranh và viết, phần (b) Viết văn. Phần (a) có số điểm thi là 50 điểm, thí sinh xem 4 bức tranh sau đó viết thành 1 câu chuyện có ít nhất 150 từ. Phần (b) có số điểm thi là 50 điểm, thí sinh dựa vào chủ đề cho sẵn viết thành 1 bài văn có ít nhất 200 từ.

※ **Sau khi giám thị ra hiệu lệnh bắt đầu,**
thí sinh mới được lật sang trang sau để làm bài thi.

※ 監考人員宣佈測驗開始後才可翻開試題作答

國際越南語認證 KỲ THI NĂNG LỰC TIẾNG VIỆT QUỐC TẾ

（ a ） **XEM TRANH VÀ VIẾT**

Hãy viết một câu chuyện có ít nhất 150 từ dựa theo các bức tranh sau:

（ b ） **VIẾT VĂN**

Hãy viết một bài văn có ít nhất 200 từ dựa theo chủ đề sau:

Trong những thập kỷ gần đây, di dân giữa các nước đã trở thành một hiện tượng phổ biến toàn cầu. Hiện tượng này có ảnh hưởng gì đối với đất nước của bạn? Ví dụ, người di dân đã mang lại lợi ích gì, đồng thời gây ra những vấn đề gì về mặt kinh tế, xã hội v.v...?

HẾT

ĐẠI HỌC QUỐC GIA THÀNH CÔNG

KỲ THI NĂNG LỰC TIẾNG VIỆT QUỐC TẾ

國立成功大學越南研究中心國際越南語認證

ĐỀ THI MẪU 模擬試題

CẤP ĐỘ C 高級測驗

PHẦN IV   NÓI   口語測驗

（a） NÓI THEO CHỦ ĐỀ

Phần thi này có tổng số điểm thi là 100 điểm. Thí sinh dựa vào chủ đề cho sẵn phát biểu suy nghĩ của bản thân. Thí sinh có 2 phút để chuẩn bị và 3 phút để nói.

※ **Sau khi giám thị ra hiệu lệnh bắt đầu,**
thí sinh mới được lật sang trang sau để làm bài thi.

※ 監考人員宣佈測驗開始後才可翻開試題作答

（a） **NÓI THEO CHỦ ĐỀ**

<u>Chủ đề:</u>

Trên thị trường Việt Nam và Đài Loan gần đây, ngày càng xuất hiện nhiều thực phẩm độc hại có nguồn gốc từ Trung Quốc. Bạn hãy cho biết ý kiến về vấn đề này.

HẾT

Memo

高級測驗

空白答案卡
PHIẾU TRẢ LỜI TRẮC NGHIỆM
CẤP ĐỘ C

空白答案卡

NCKU
國際越南語認證

IVPT®

KỲ THI NĂNG LỰC TIẾNG VIỆT QUỐC TẾ
INTERNATIONAL VIETNAMESE PROFICIENCY TEST

PHIẾU TRẢ LỜI TRẮC NGHIỆM

| **CẤP ĐỘ C** |
| 高級測驗 |
| **NGHE HIỂU ĐỌC HIỂU** |
| 聽力・閱讀 |

SỐ BÁO DANH:

【缺考欄○】(監考人員註記用)

Lưu ý	1. Chỉ được dùng bút chì 2B để chọn đáp án.
	2. Phải tô đen, rõ ràng, tô kín hết phạm vi vòng tròn, không được tô bên ngoài vòng tròn. Tô đen đáp án được chọn như hình: ●, không được sử dụng các ký hiệu sau: ⊘ ⦸ ⊗ ◐
	3. Dùng cục tẩy/gôm để xóa khi muốn chọn lại đáp án khác, tuyệt đối không được dùng bút xóa.
	4. Khi nhận được phiếu trả lời trắc nghiệm, thí sinh phải kiểm tra xem số báo danh ghi trên phiếu có chính xác không. Nếu số báo danh không chính xác phải lập tức thông báo cho giám thị để được đổi phiếu khác.

聽力

PHẦN I : NGHE HIỂU

(a) Nghe hội thoại chọn đáp án   **(b)   Nghe đoạn văn chọn đáp án**

1 Ⓐ Ⓑ Ⓒ Ⓓ   7 Ⓐ Ⓑ Ⓒ Ⓓ   10 Ⓐ Ⓑ Ⓒ Ⓓ   18 Ⓐ Ⓑ Ⓒ Ⓓ
2 Ⓐ Ⓑ Ⓒ Ⓓ   8 Ⓐ Ⓑ Ⓒ Ⓓ   11 Ⓐ Ⓑ Ⓒ Ⓓ   19 Ⓐ Ⓑ Ⓒ Ⓓ
3 Ⓐ Ⓑ Ⓒ Ⓓ   9 Ⓐ Ⓑ Ⓒ Ⓓ   12 Ⓐ Ⓑ Ⓒ Ⓓ   20 Ⓐ Ⓑ Ⓒ Ⓓ
4 Ⓐ Ⓑ Ⓒ Ⓓ   13 Ⓐ Ⓑ Ⓒ Ⓓ   21 Ⓐ Ⓑ Ⓒ Ⓓ
5 Ⓐ Ⓑ Ⓒ Ⓓ   14 Ⓐ Ⓑ Ⓒ Ⓓ   22 Ⓐ Ⓑ Ⓒ Ⓓ
6 Ⓐ Ⓑ Ⓒ Ⓓ   15 Ⓐ Ⓑ Ⓒ Ⓓ   23 Ⓐ Ⓑ Ⓒ Ⓓ
                                16 Ⓐ Ⓑ Ⓒ Ⓓ   24 Ⓐ Ⓑ Ⓒ Ⓓ
                                17 Ⓐ Ⓑ Ⓒ Ⓓ   25 Ⓐ Ⓑ Ⓒ Ⓓ

閱讀

PHẦN II: ĐỌC HIỂU

(a) Từ vựng và ngữ pháp   **(b) Đọc hiểu đoạn văn**

1 Ⓐ Ⓑ Ⓒ Ⓓ   9 Ⓐ Ⓑ Ⓒ Ⓓ   16 Ⓐ Ⓑ Ⓒ Ⓓ   29 Ⓐ Ⓑ Ⓒ Ⓓ
2 Ⓐ Ⓑ Ⓒ Ⓓ   10 Ⓐ Ⓑ Ⓒ Ⓓ   17 Ⓐ Ⓑ Ⓒ Ⓓ   30 Ⓐ Ⓑ Ⓒ Ⓓ
3 Ⓐ Ⓑ Ⓒ Ⓓ   11 Ⓐ Ⓑ Ⓒ Ⓓ   18 Ⓐ Ⓑ Ⓒ Ⓓ   31 Ⓐ Ⓑ Ⓒ Ⓓ
4 Ⓐ Ⓑ Ⓒ Ⓓ   12 Ⓐ Ⓑ Ⓒ Ⓓ   19 Ⓐ Ⓑ Ⓒ Ⓓ   32 Ⓐ Ⓑ Ⓒ Ⓓ
5 Ⓐ Ⓑ Ⓒ Ⓓ   13 Ⓐ Ⓑ Ⓒ Ⓓ   20 Ⓐ Ⓑ Ⓒ Ⓓ   33 Ⓐ Ⓑ Ⓒ Ⓓ
6 Ⓐ Ⓑ Ⓒ Ⓓ   14 Ⓐ Ⓑ Ⓒ Ⓓ   21 Ⓐ Ⓑ Ⓒ Ⓓ   34 Ⓐ Ⓑ Ⓒ Ⓓ
7 Ⓐ Ⓑ Ⓒ Ⓓ   15 Ⓐ Ⓑ Ⓒ Ⓓ   22 Ⓐ Ⓑ Ⓒ Ⓓ   35 Ⓐ Ⓑ Ⓒ Ⓓ
8 Ⓐ Ⓑ Ⓒ Ⓓ   23 Ⓐ Ⓑ Ⓒ Ⓓ   36 Ⓐ Ⓑ Ⓒ Ⓓ
                                24 Ⓐ Ⓑ Ⓒ Ⓓ   37 Ⓐ Ⓑ Ⓒ Ⓓ
                                25 Ⓐ Ⓑ Ⓒ Ⓓ   38 Ⓐ Ⓑ Ⓒ Ⓓ
                                26 Ⓐ Ⓑ Ⓒ Ⓓ   39 Ⓐ Ⓑ Ⓒ Ⓓ
                                27 Ⓐ Ⓑ Ⓒ Ⓓ   40 Ⓐ Ⓑ Ⓒ Ⓓ
                                28 Ⓐ Ⓑ Ⓒ Ⓓ

實際 2B 畫卡尺寸為 A4 (21x29.7cm)

NCKU
國際越南語認證

iVPT®
KỲ THI NĂNG LỰC TIẾNG VIỆT QUỐC TẾ
INTERNATIONAL VIETNAMESE PROFICIENCY TEST

GIẤY THI

CẤP ĐỘ C
高級測驗

VIẾT
書寫測驗

SỐ BÁO DANH:

【缺考欄○】（監考人員註記用）

(a) XEM TRANH VÀ VIẾT

(b) VIẾT VĂN

Memo

高級測驗

參考答案
ĐÁP ÁN THAM KHẢO

NCKU
IVPT
國際越南語認證
KỲ THI NĂNG LỰC TIẾNG VIỆT QUỐC TẾ
INTERNATIONAL VIETNAMESE PROFICIENCY TEST

PHIẾU TRẢ LỜI TRẮC NGHIỆM

CẤP ĐỘ C
高級測驗

NGHE HIỂU ĐỌC HIỂU
聽力・閱讀

SỐ BÁO DANH:

【缺考欄○】(監考人員註記用)

Lưu ý	1. Chỉ được dùng bút chì 2B để chọn đáp án. 2. Phải tô đen, rõ ràng, tô kín hết phạm vi vòng tròn, không được tô bên ngoài vòng tròn. Tô đen đáp án được chọn như hình: ●, không được sử dụng các ký hiệu sau: Ⓥ Ⓙ Ⓧ Ⓞ 3. Dùng cục tẩy/gôm để xóa khi muốn chọn lại đáp án khác, tuyệt đối không được dùng bút xóa. 4. Khi nhận được phiếu trả lời trắc nghiệm, thí sinh phải kiểm tra xem số báo danh ghi trên phiếu có chính xác không. Nếu số báo danh không chính xác phải lập tức thông báo cho giám thị để được đổi phiếu khác.

聽力 — PHẦN I : NGHE HIỂU

(a) Nghe hội thoại chọn đáp án

#	A	B	C	D
1		●		
2			●	
3			●	
4		●		
5		●		
6	●			
7	●			
8	●			
9				●

(b) Nghe đoạn văn chọn đáp án

#	A	B	C	D
10				●
11				●
12		●		
13		●		
14	●			
15	●			
16		●		
17				●
18			●	
19		●		
20		●		
21	●			
22			●	
23				●
24		●		
25			●	

閱讀 — PHẦN II: ĐỌC HIỂU

(a) Từ vựng và ngữ pháp

#	A	B	C	D
1		●		
2	●			
3				●
4		●		
5			●	
6	●			
7	●			
8			●	
9				●
10	●			
11	●			
12			●	
13				●
14		●		
15			●	

(b) Đọc hiểu đoạn văn

#	A	B	C	D
16				●
17			●	
18		●		
19		●		
20	●			
21	●			
22				●
23			●	
24		●		
25			●	
26				●
27		●		
28	●			
29				●
30		●		
31		●		
32	●			
33	●			
34			●	
35				●
36			●	
37	●			
38	●			
39			●	
40				●

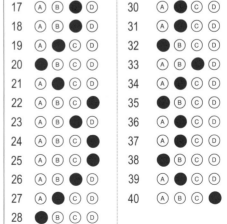

NCKU
國際越南語認證

iVPT®

KỲ THI NĂNG LỰC TIẾNG VIỆT QUỐC TẾ
INTERNATIONAL VIETNAMESE PROFICIENCY TEST

CẤP ĐỘ C
高級測驗

VIẾT
書寫測驗

(a) XEM TRANH VÀ VIẾT

Hãy viết một câu chuyện có ít nhất 150 từ dựa theo các bức tranh sau:

請根據下列 4 幅圖寫一篇至少 150 個字的故事：

NCKU
IVPT
國際越南語認證
Kèm Đề Thi Mẫu và Đáp Án
KỲ THI NĂNG LỰC TIẾNG VIỆT QUỐC TẾ
Level **C** CẤP ĐỘ

參考答案 **ĐÁP ÁN THAM KHẢO**

Cuối tuần trước, tôi và em gái được bố mẹ dẫn về quê thăm ông bà ngoại. Tôi rất háo hức vì đó là lần đầu tiên tôi được đi tàu cao tốc. Hôm đó, tàu chạy rất nhanh và êm, khiến tôi chỉ kịp nhìn thấy phong cảnh bên ngoài chạy lướt qua khung cửa sổ. Sau khoảng một tiếng rưỡi, cả gia đình tôi đã về tới nhà ông bà ngoại. Bố tôi đảm nhận việc xách hành lý, còn mẹ thì dắt tay em gái tôi. Tôi phấn khích chạy nhanh vào trong sân để chào ông bà ngoại. Ông bà đã đợi sẵn ở trước hiên nhà để chào đón chúng tôi. Nét mặt ai cũng rạng rỡ và phấn khởi. Trong lúc ông bà ngoại nói chuyện với bố mẹ, tôi và em gái chạy ra vườn chơi. Trong vườn nhà ông bà, tôi nhìn thấy có rất nhiều gà, vịt đang đi tìm thức ăn bên cạnh một chiếc xe kéo bằng gỗ dựng dưới dàn mướp sai trĩu quả. Chúng tôi đã chơi trò đuổi bắt quanh chiếc xe đó cả buổi chiều. Tối đến, cả nhà cùng nhau chuẩn bị bữa tối. Khi các món ăn đều đã được đặt lên bàn, cũng là lúc mọi người ngồi vào mâm. Bà ngoại biết em gái tôi thích ăn thịt gà nên gắp cho em ấy hẳn một cái đùi gà to. Còn tôi thì luôn miệng hỏi bố mẹ và ông ngoại tên các loại món ăn. Bữa cơm gia đình tuy đơn giản nhưng vô cùng đầm ấm và rộn rã tiếng cười.

(b) VIẾT VĂN

Hãy viết một bài văn có ít nhất 200 từ dựa theo chủ đề sau:

Trong những thập kỷ gần đây, di dân giữa các nước đã trở thành một hiện tượng phổ biến toàn cầu. Hiện tượng này có ảnh hưởng gì đối với đất nước của bạn? Ví dụ, người di dân đã mang lại lợi ích gì, đồng thời gây ra những vấn đề gì về mặt kinh tế, xã hội v.v...?

請根據以下主題寫一篇至少 **200** 個字的短文：

近幾十年來，跨國移民已成為一種全球普遍的現象。這種現像對您的國家有什麼影響？例如：移民人士帶來了哪些好處？同時在經濟、社會等方面造成了哪些問題？

参考答案 **ĐÁP ÁN THAM KHẢO**

Không nằm ngoài xu thế chung của thế giới, những năm gần đây, số lượng người nước ngoài nhập cư vào Đài Loan ngày càng tăng nhanh. Xu hướng này đã mang lại những tác động tích cực và tiêu cực tới tình hình kinh tế, văn hóa và xã hội của Đài Loan.

Nói về tác động tích cực, những người nhập cư đã có đóng góp rất lớn trong nhiều lĩnh vực như kinh tế, giáo dục, văn hóa của Đài Loan. Về kinh tế, người nhập cư đã góp phần làm giảm áp lực về nguồn cung ứng lao động phổ thông trong nước và duy trì năng lực sản xuất không ngừng cho các ngành công nghiệp, nông nghiệp, ngư nghiệp và dịch vụ trên toàn Đài Loan. Mặt khác, họ cũng có vai trò quan trọng trong việc tiêu thụ hàng hóa nội địa của Đài Loan và giới thiệu chúng ra toàn thế giới. Về văn hóa xã hội, người nhập cư đã khiến một đất nước Đài Loan vốn đa chủng tộc và đa văn hóa càng trở nên đa dạng và phong phú hơn. Họ chính là những chiếc cầu nối để quảng bá hình ảnh đất nước Đài Loan tới đồng bào ở quê hương của họ. Vì thế, Đài Loan đã có sự kết nối với nhiều quốc gia khác, từ đó tạo ra nhiều cơ hội hợp tác và phát triển trên nhiều lĩnh vực.

Về tác động tiêu cực, số lượng người nhập cư lớn đã làm gia tăng sức ép lên hệ thống phúc lợi của xã hội Đài Loan, trong đó có hệ thống y tế, giáo dục và các dịch vụ chăm sóc cộng đồng khác. Hơn nữa, việc người nhập cư đến từ nhiều quốc gia khác nhau cũng đặt ra thách thức cho chính phủ trong việc đưa ra những chính sách chung cho nhiều đối tượng. Bên cạnh đó, do sự bất đồng về ngôn ngữ, khác biệt về văn hóa và phong tục tập quán giữa những người nhập cư với người dân Đài Loan, hay thậm chí giữa những người nhập cư với nhau, nên việc quản lý, tuyên truyền và thi hành các chính sách của chính phủ đã gặp không ít trở ngại. Mặt khác, việc du nhập nhiều nét văn hóa ngoại lai còn làm dấy lên mối lo ngại về sự tồn vong của những giá trị văn hóa bản địa.

Nhìn chung, dù đem lại những đóng góp tích cực hay gây ra những ảnh hưởng tiêu cực, thì những người nhập cư đã trở thành một bộ phận không thể tách rời của xã hội Đài Loan. Do đó, các nhà hoạch định chính sách của Đài Loan cần có sự quan tâm đúng mức đến vấn đề này, mặt khác luôn phải giữ thái độ cầu thị và linh hoạt khi bàn thảo và giải quyết những khía cạnh liên quan.

CẤP ĐỘ C
高級測驗

NÓI
口語測驗

Phần thi này có tổng số điểm thi là 100 điểm.

Thí sinh dựa vào chủ đề cho sẵn phát biểu suy nghĩ của bản thân.

Thí sinh có 2 phút để chuẩn bị và 3 phút để nói.

Khi thời gian còn 20 giây, sẽ có 1 tiếng chuông báo.

口語測驗總分為 100 分。

請考生根據試卷上的題目發表您的想法。

考生有 2 分鐘的準備時間，3 分鐘的回答時間。

當回答時間剩下 20 秒時，會有鈴聲提醒。

(a) NÓI THEO CHỦ ĐỀ

Chủ đề:

Trên thị trường Việt Nam và Đài Loan gần đây, ngày càng xuất hiện nhiều thực phẩm độc hại có nguồn gốc từ Trung Quốc. Bạn hãy cho biết ý kiến về vấn đề này.

主題：

最近，在越南和台灣市場上，越來越多來自中國的有毒食品出現。請就這個問題發表您的看法。

Trong những năm gần đây, vấn đề an toàn thực phẩm ngày càng được nhiều người quan tâm. Sau nhiều đợt kiểm tra, các cơ quan chức năng của Đài Loan đã phát hiện phần lớn số thực phẩm độc hại, không đảm bảo chất lượng đều có nguồn gốc từ Trung Quốc.

Theo suy nghĩ của cá nhân tôi, có ba nguyên nhân chính dẫn đến tình trạng nêu trên. Nguyên nhân thứ nhất là do lòng tham của người sản xuất. Vì muốn thu được lợi nhuận nhiều nhất có thể, nên họ sẵn sàng sử dụng nguyên liệu không đạt tiêu chuẩn để sản xuất thực phẩm và bán ra thị trường. Thậm chí có trường hợp, người sản xuất đã cố tình lừa người tiêu dùng bằng cách sử dụng tem, nhãn mác giả để ngụy trang cho thực phẩm kém chất lượng của họ. Nguyên nhân thứ hai là các cơ quan chức năng chưa quản lý, kiểm tra chặt chẽ nguồn thực phẩm được nhập khẩu từ Trung Quốc, nên chúng được bày bán tràn lan trên thị trường. Nguyên nhân thứ ba là người tiêu dùng thờ ơ trước những lời khuyến cáo về vệ sinh, an toàn thực phẩm được các chuyên gia đưa ra, hoặc chưa thực sự chú trọng tới nguồn gốc của thực phẩm khi mua về. Theo tôi, để giải quyết vấn nạn này, thứ nhất các cơ quan chức năng cần thắt chặt kiểm tra hàng hóa được nhập khẩu từ Trung Quốc, trong đó đặc biệt chú ý đến những mặt hàng là thực phẩm. Chính phủ phải quy định mọi loại hàng hóa nhập khẩu từ Trung Quốc phải đảm bảo có nguồn gốc rõ ràng và có giấy phép chứng minh an toàn cho sức khỏe người tiêu dùng. Thứ hai, chính phủ nên thực thi nhiều biện pháp xử lý nghiêm khắc hơn đối với các trường hợp vi phạm về vệ sinh, an toàn thực phẩm, ví dụ tăng mức tiền xử phạt, thu hồi giấy phép kinh doanh và công bố rộng rãi trên phương tiện thông tin đại chúng. Thứ ba, những tổ chức như hội bảo vệ sức khỏe người tiêu dùng cần phải phát huy vai trò của mình trong việc giám sát và cảnh báo về những vi phạm vệ sinh, an toàn thực phẩm. Thứ tư, việc tuyên truyền, giáo dục về hậu quả của hành vi kinh doanh, tiêu thụ thực phẩm kém chất lượng và không rõ nguồn gốc cũng cần được đẩy mạnh tới từng hộ kinh doanh. Cuối cùng, người tiêu dùng nên tự trang bị kiến thức về an toàn thực phẩm, chỉ mua thực phẩm có đầy đủ nhãn mác, nguồn gốc rõ ràng, không nên mua theo số đông hay vì giá rẻ.

Nhìn chung, giải quyết triệt để vấn đề thực phẩm độc hại có nguồn gốc từ Trung Quốc không hề đơn giản, cần rất nhiều thời gian và phải có sự hợp tác, nỗ lực của các cơ quan chức năng, hộ kinh doanh và người tiêu dùng. Nhưng tôi tin rằng, nếu chính phủ và người dân cùng đồng lòng, hợp sức, chung tay tìm cách giải quyết thì mối lo ngại về sự an toàn của thực phẩm đến từ Trung Quốc sẽ không còn nữa.

高級測驗模擬試題

解 析

7-1 聽力測驗

7-2 閱讀測驗

NCKU
國際越南語認證
iVPT
Kèm Đề Thi Mẫu và Đáp Án
KỲ THI NĂNG LỰC TIẾNG VIỆT QUỐC TẾ
Level C CẤP ĐỘ

C 級 高級測驗模擬試題解析

聽 力 測 驗

聽力測驗時間大約 30 分鐘，以實際錄音時間為準。每題有 4 個選項，其中只有 1 個正確答案，答對 1 題得 4 分，總分為 100 分。請在答案卡上用 2B 鉛筆將正確答案的圓圈塗滿。

（a）會話選擇題
（b）短文選擇題

會話內容 越文版

（a） NGHE HỘI THOẠI CHỌN ĐÁP ÁN

Hội thoại 1 (từ câu 1 đến câu 3)

Nam: Tớ nghe nói khoa Văn học Đài Loan của Đại học Quốc gia Thành Công đang tuyển sinh cho lớp học tiếng Việt và lớp bồi dưỡng phương pháp dạy tiếng Việt như một ngoại ngữ.

Nữ: Đúng đó! Tớ đã đăng ký và đang theo học lớp bồi dưỡng phương pháp dạy tiếng Việt ấy rồi. Vì tớ có bằng C tiếng Việt rồi và cũng đang chuẩn bị thi vào chương trình thạc sĩ của Đại học Thành Công.

Nam: Tiếng Việt của cậu thì giỏi quá rồi! Chẳng bù với tớ, chỉ mới học có mấy tháng mà thôi.

Nữ: Ừ, tớ nghĩ cậu học lớp tiếng Việt thì sẽ có ích đấy! Cậu biết khóa học ấy bao gồm những môn học nào không?

Nam: Tớ có tra sơ qua, chủ yếu là các tiết học rèn luyện tiếng Việt và văn hóa xã hội Việt Nam. Tớ dự định sau khi học xong, sẽ đăng ký thi Kỳ thi năng lực tiếng Việt quốc tế. Nếu tớ lấy được chứng chỉ trình độ C, thì sẽ tiếp tục tham gia lớp bồi dưỡng phương pháp dạy tiếng Việt. Cậu đang theo học lớp đó, đúng không?

Nữ: Đúng thế!

Nam: Thế giáo viên giảng dạy là người nước nào?

Nữ: Ngoài các giáo sư của khoa Văn học Đài Loan ra, còn có rất nhiều giảng viên đến từ các khoa Việt Nam học ở Việt Nam.

NCKU
國立成功大學
Kèm Đề Thi Mẫu và Đáp Án
IVPT
KỲ THI NĂNG LỰC TIẾNG VIỆT QUỐC TẾ
Level C CẤP ĐỘ

Nam: Thế tớ học xong có được cấp chứng chỉ gì không?

Nữ: Có chứ, ngoài ra, nếu như cậu theo học khoa Văn học Đài Loan, cậu còn được miễn một số học phần nữa ấy chứ!

Nam: Thời gian nhập học là khi nào? Cả điều kiện để đăng ký nữa?

Nữ: Thời gian nhập học trùng với thời gian bắt đầu học kỳ của trường, thường là giữa tháng 9. Điều kiện đăng ký khá đơn giản, đối với lớp tiếng Việt, cậu chỉ cần bằng tốt nghiệp cấp ba. Đối với lớp bồi dưỡng phương pháp dạy tiếng Việt, cậu phải có bằng tốt nghiệp đại học, cùng với chứng chỉ trình độ C năng lực tiếng Việt.

會話內容 中譯版

（a）會話選擇題

會話 1（第 1 題～第 3 題）

男：我聽說國立成功大學台灣文學系的「越南語課程班」和「對外越南語教學方法培訓班」正在招生中。

女：對啊！我已經報名「對外越南語教學方法培訓班」，也正在上課了。因為我已經有越南語 C 級證書了，而且也在準備報考成功大學的碩士班。

男：妳的越南語程度太好了！不像我，才剛開始學幾個月而已。

女：嗯！我認為你讀「越南語課程班」一定會有幫助的！你知道那個課程包括什麼科目嗎？

男：我有稍微查過了，主要是訓練越南語技能和越南社會文化。我打算修完課後，要報名參加國際越南語認證。如果拿到 C 級的話，會繼續報名「對外越南語教學方法培訓班」。是妳正在上的那班，對嗎？

女：對啊！

男：授課老師是哪一國人呢？

女：除了台灣文學系的教授之外，還有很多來自越南各個越南學系的講師。

男：如果我修完課後，能取得什麼證書嗎？

女：當然！除此之外，如果你要就讀台灣文學系，還可以抵免一些學分呢！

男：什麼時候入學呢？報名條件如何呢？

女：入學時間剛好在學校新學期開始，通常是 9 月中旬。報名條件也蠻簡單的，針對「越南語課程班」，你只要有高中畢業證書就好；針對「對外越南語教學方法培訓班」，你要有大學畢業證書以及越南語 C 級證書才可以報名。

題目 ● **越文版 · 中譯版** 含解析

Câu 1

Người nam trong đoạn hội thoại trên đang dự định theo học lớp nào?

(A) Lớp ngôn ngữ học.

(B) Lớp học tiếng Việt.

(C) Lớp văn hóa Việt Nam.

(D) Lớp bồi dưỡng phương pháp dạy tiếng Việt như một ngoại ngữ.

第 1 題

會話裡面的男生正打算報名哪一個班別？

(A) 語言學課程班。 　　(B) 越南語課程班。

(C) 越南文化課程班。 　　(D) 對外越南語教學方法培訓班。

正確答案（B）

Lớp học tiếng Việt.

對話中沒有提到 Lớp ngôn ngữ học、Lớp văn hóa Việt Nam，所以排除（A）Lớp ngôn ngữ học／語言學課程班、（C）Lớp văn hóa Việt Nam／越南文化課程班這兩個選項。而選項（D）Lớp bồi dưỡng phương pháp dạy tiếng Việt như một ngoại ngữ 是女生正在讀的課程。對話中女生有提到「Tớ nghĩ cậu học lớp tiếng Việt thì sẽ có ích đấy／我認為你讀「越南語課程班」一定會有幫助的」，男生接著附和說「Tớ dự định sau khi học xong, sẽ đăng ký thi Kỳ thi năng lực tiếng Việt quốc tế／我打算修完課後，要報名參加國際越南語認證。」可看出男生明確打算會報名越南語課程班。

Câu 2

Dự định của người nam sau khi hoàn thành lớp học trên?

(A) Đi dạy tiếng Việt.　　　　　　(B) Đi Việt Nam du lịch.

(C) Thi năng lực tiếng Việt.　　　　(D) Sang Việt Nam làm việc.

第 2 題

男生完成該課程後打算做什麼？

(A) 教越南語。　　　　　　　　　(B) 去越南旅遊。

(C) 報考越南語認證。　　　　　　(D) 去越南工作。

解析 正確答案（C）

Thi năng lực tiếng Việt.

根據對話，男生沒有提到 Đi dạy tiếng Việt 或 Đi Việt Nam du lịch, làm việc，因此選項（A）、（B）、（D）並不是答案。而男生提到「Tớ dự định sau khi học xong, sẽ đăng ký thi Kỳ thi năng lực tiếng Việt quốc tế／我打算修完課後，要報名參加國際越南語認證。」

Câu 3

Câu nào dưới đây đúng so với nội dung đoạn hội thoại trên?

(A) Thời gian nhập học là vào mùa hè.

(B) Giáo viên giảng dạy đều đến từ Việt Nam.

(C) Sau khi kết thúc khoá học sẽ được cấp chứng chỉ.

(D) Muốn đăng ký lớp học tiếng Việt thì bắt buộc phải có bằng đại học.

第 3 題

根據會話內容，下列何者正確？

(A) 入學時間在夏天。

(B) 授課老師都來自越南。

(C) 修完課程後會有證書。

(D) 要報名越南語課程班必須有大學畢業證書。

解析

正確答案（ C ）

Sau khi kết thúc khoá học sẽ được cấp chứng chỉ.

（A）從對話中，女生最後提到「Thời gian nhập học trùng với thời gian bắt đầu học kỳ của trường, thường là giữa tháng 9／入學時間剛好在學校新學期開始，通常是 9 月中旬」。9 月中旬應為秋天，而非夏天。

（B）對話中提到「Ngoài các giáo sư của khoa Văn học Đài Loan ra, còn có rất nhiều giảng viên đến từ các khoa Việt Nam học ở Việt Nam／除了台灣文學系的教授之外，還有很多來自越南各個越南學系的講師」。因此，授課老師並非全部都來自越南。

（D）從對話中可得知，「...đối với lớp tiếng Việt, cậu chỉ cần bằng tốt nghiệp cấp ba／針對「越南語課程班」，你只要有高中畢業證書就好」。所以不需要有大學畢業證書。

會話內容 越文版

Hội thoại 2 (từ câu 4 đến câu 6)

Nữ: Trước khi kết thúc "Diễn đàn thầy và trò" hôm nay, xin phép được hỏi thầy câu cuối, thầy đánh giá thế nào về thái độ học tập của sinh viên ngày nay?

Nam: Thanh niên ngày nay thường lười biếng đọc sách, không thích bỏ thời gian đi thư viện, khi nghiên cứu chủ yếu sao chép tài liệu trên *internet*. Ngoài ra, họ sử dụng thời gian vào những việc vô ích như lướt web, chát chít v.v… Điều này ảnh hưởng rất nhiều đến tương lai.

Nữ: Vâng. Đúng vậy! Có nhiều sinh viên khi ra trường, không đáp ứng được yêu cầu của nhà tuyển dụng do thiếu nhiều tri thức cơ bản. Lúc đó nhìn lại quãng thời gian đã qua, thấy bản thân có quá nhiều điều chưa làm, tri thức hạn hẹp mới thấy tiếc nuối.

Nam: Vâng. Đây là điều chúng tôi vô cùng lo ngại.

Nữ: Thầy có lời khuyên gì dành cho các bạn sinh viên không?

Nam: Tương lai của các bạn phụ thuộc rất nhiều vào những nỗ lực của hôm nay. Hãy bớt đi những sở thích thông thường, chú tâm hơn vào những tiêu chí tuyển dụng của các doanh nghiệp, để khắc phục những yếu kém của bản thân.

Nữ: Vâng! Hy vọng rằng thông qua chương trình này, sinh viên sẽ hiểu và chú tâm hơn vào tiền đồ của mình. Cám ơn những chia sẻ của thầy hôm nay. Chúc thầy sức khỏe và hẹn gặp thầy trong các diễn đàn sau.

NCKU
國際越南語認證
IVPT
KỲ THI NĂNG LỰC TIẾNG VIỆT QUỐC TẾ
Kèm Đề Thi Mẫu và Đáp Án
Level C CẤP ĐỘ

會話內容 ● 中譯版

會話 2（第 4 題～第 6 題）

女：在我們今天的「師生論壇」結束前，允許我問您最後一個問題，您對於現在大學生的學習態度評價如何？

男：現在的年輕人通常懶得看書，不喜歡花時間去圖書館，做研究的時候常從網路上抄襲資料。另外，他們花時間在無益的事情上，如滑手機或網路閒聊等等。這樣會嚴重地影響到他們的將來。

女：對，的確是這樣！很多大學畢業生因缺乏基本的知識，畢業後無法符合招募者的條件。屆時他們回頭看已經消逝的時光，才發覺自己還有太多事情未完成，知識又有限，才感到遺憾。

男：對。這也是我們最擔心的問題。

女：老師對於大學生們有什麼忠告嗎？

男：你們將來的成就在於你們今天的努力。要盡量減少不必要的嗜好，多專注在企業的招聘標準，以克服自己的不足。

女：沒錯！希望透過今天的論壇，大學生們會更明白並關注自己的前途。非常感謝您今天的分享。祝您身體健康！我們下次論壇見。

題目 ● 越文版 · 中譯版 含解析

Câu 4

Theo đoạn đối thoại trên, sinh viên không đáp ứng được yêu cầu gì của nhà tuyển dụng?

(A) Thiếu sự nhiệt tình.　　　　(B) Thiếu tri thức cơ bản.

(C) Không có kinh nghiệm.　　　(D) Không biết quản lý thời gian.

第 4 題

根據會話，現在的大學生沒有符合招募者的什麼條件？

(A) 缺乏熱情。　　　　　　　(B) 缺乏基本知識。

(C) 沒有經驗。　　　　　　　(D) 不會管理時間。

正確答案（B）

Thiếu tri thức cơ bản.

根據對話，我們可以聽到男生認為現在的大學生花太多時間在無益的事情上，影響前途。而女生則附和，「Có nhiều sinh viên khi ra trường, không đáp ứng được yêu cầu của nhà tuyển dụng do thiếu nhiều tri thức cơ bản ／很多大學畢業生因缺乏基本的知識，畢業後無法符合招募者的條件」。因此，大學生沒有符合招募者條件是缺乏基本的知識。正確答案為（B）Thiếu tri thức cơ bản。

要注意的是，選項（D）Không biết quản lý thời gian 為陷阱。雖然整段對話主要闡述學生應減少不必要的嗜好，多專注在企業招聘的標準避免影響未來的前途。但是這題要問的，是大學生沒有符合招募者的條件為何，所以，不會管理時間並不是答案。選項（A）、（C）在對話中沒有提到。

Câu 5

Nội dung chính của đoạn hội thoại trên là gì?

(A) Sinh viên cần phải biết nắm bắt cơ hội và đi thư viện tìm sách.

(B) Nhận xét của thầy giáo về sinh viên và lời khuyên dành cho họ.

(C) Sinh viên nên hưởng thụ tuổi trẻ để đến tuổi trung niên không tiếc nuối.

(D) Thầy giáo phải làm việc không nên đợi đến khi tuổi già mới bắt đầu làm.

第 5 題

此段會話的主要內容是什麼？

（A）大學生要懂得抓住機會及去圖書館找書。

（B）老師對於大學生的評價以及為他們提出忠告。

（C）大學生應該盡量享受青春，到中年才不會後悔。

（D）老師要工作，不應該等到年老才開始做。

正確答案（B）

Nhận xét của thầy giáo về sinh viên và lời khuyên dành cho họ.

（A）對話中僅提到應多花時間在專業知識上，沒有提到要抓住機會，也並未提到去圖書館找書。

（C）對話中僅提到大學生應在學生時期努力補足專業知識，以免日後後悔，並沒有鼓勵大學生盡量享受青春。

（D）對話中並未提到努力工作，且老師給予忠告的對象為大學生，而不是老師。

對話一開始是由女生提問，希望老師給予現今大學生忠告。而後老師提出其自身看法，並給予忠告。因此正確答案是（B）Nhận xét của thầy giáo về sinh viên và lời khuyên dành cho họ／老師對於大學生的評價以及為他們提出忠告。

Câu 6

Người nam tham gia chương trình gì?

(A) Diễn đàn thầy và trò.　　　　(B) Diễn đàn thầy nói trò nghe.

(C) Diễn đàn sống và làm việc.　(D) Diễn đàn sinh viên và nghề nghiệp.

第 6 題

男生參加什麼節目？

(A) 師生論壇。　　　　　　　(B) 師說生聽論壇。

(C) 生活與工作論壇。　　　　(D) 大學生與職業論壇。

解析

正確答案（A）

Diễn đàn thầy và trò.

對話一開始女生即提到：「Trước khi kết thúc "Diễn đàn thầy và trò" hôm nay... ／在我們今天的「師生論壇」結束前 ......。」因此正確答案是（A）Diễn đàn thầy và trò ／師生論壇。

（B）Diễn đàn thầy nói trò nghe ／師說生聽論壇，為單字混淆，雖然有出現「thầy ／師」、「trò ／生」、「diễn đàn ／論壇」等詞，但多了「nói ／說」及「nghe ／聽」這兩個字。

（C）Diễn đàn sống và làm việc ／生活與工作論壇、（D）Diễn đàn sinh viên và nghề nghiệp ／大學生與職業論壇，這兩個選項為意義混淆，雖然對話主要在討論大學生的生活模式對於未來工作的影響，但並非這個論壇的名稱。

Hội thoại 3 (từ câu 7 đến câu 9)

Nữ: Xin hỏi, nhà văn từ khi bắt đầu sáng tác đến bây giờ đã bao nhiêu năm rồi ạ?

Nam: Tôi bắt đầu tập tễnh sáng tác thơ văn từ rất sớm, tính đến năm 2015 thì đã ngót 40 năm, đến nay cũng coi như có chút ít tác phẩm được độc giả yêu mến.

Nữ: Nhà văn khiêm tốn quá! Những tác phẩm của nhà văn về công cuộc xây dựng đất nước chẳng những được người thời ấy yêu quý mà cũng đã đi vào lòng không ít thế hệ trẻ ngày nay. Xin được hỏi thêm, tại sao nhà văn không viết tiểu thuyết về tình yêu đôi lứa mà lại chọn viết về văn xuôi cách mạng thế ạ?

Nam: Năm đó, những người cầm bút như chúng tôi trong tâm trạng háo hức chung của toàn dân tộc thường viết về tình yêu quê hương đất nước cô ạ. Với khí thế hừng hực sau ngày thống nhất đất nước, những áng văn chương thời ấy của chúng tôi cũng cháy bùng ngọn lửa đam mê cho công cuộc kiến thiết tổ quốc. Bây giờ già rồi nên tôi chuyển sang viết hồi ký.

Nữ: Cám ơn nhà văn đã dự buổi nói chuyện của chúng tôi ngày hôm nay. Hy vọng sẽ được đọc tác phẩm hồi ký của nhà văn vào một ngày gần nhất.

會話內容　中譯版

會話 3（第 7 題～第 9 題）

女：請問，作家您從開始創作到現在幾年了呢？

男：我很早就開始試著創作詩文，算至 2015 年已經有將近 40 年了，到現在也算是有一些作品受到讀者們的喜愛。

女：您太謙虛了！您的許多關於國家建設的作品不僅受到當時人們的歡迎，也得到不少現今年輕世代的喜愛。再請教，您為何不寫愛情小說而選擇書寫革命散文呢？

男：當年，身為作家的我們，在全國人民慷慨激昂的心情下，常書關於寫愛國愛家的主題。在國家統一後，轟轟烈烈的氣氛之下，我們當時的文章也為祖國建設事業點燃了熱愛之火。我現在老了，所以就改寫回憶錄。

女：非常感謝您來參與我們今天的論壇。希望在不久的將來，可以讀到您寫的回憶錄作品。

NCKU
IVPT
國際越南語認證
Kèm Đề Thi Mẫu và Đáp Án
KỲ THI NĂNG LỰC TIẾNG VIỆT QUỐC TẾ
Level C CẤP ĐỘ

題目 越文版・中譯版 含解析

Câu 7

Nhân vật nam bắt đầu sáng tác văn chương từ năm nào?

(A) 1975.   (B) 1985.

(C) 2005.   (D) 2015.

第 7 題

男生從哪一年開始創作文學？

(A) 1975。   (B) 1985。

(C) 2005。   (D) 2015。

解析

正確答案（A）

1975.

本題無法直接從對話中聽到答案，需要稍做計算。在對話中我們可以聽到「...Tôi bắt đầu tập tễnh sáng tác thơ văn từ rất sớm, tính đến năm 2015 thì đã ngót 40 năm」，是指男作家至 2015 年時已經創作將近 40 年了，往回推算即可得知，這位作家開始創作的時間最有可能是 1975 年。

Câu 8
Bây giờ, nhân vật nam viết thể loại văn học gì?

(A) Viết hồi ký.

(B) Viết tốc ký.

(C) Viết văn học cách mạng.

(D) Viết thơ ca ngợi đất nước.

第 8 題
現今男生書寫什麼類型的文章？

（A）寫回憶錄。

（B）寫速記。

（C）寫革命文學。

（D）寫詩歌頌國家。

解析

正確答案（A）

Viết hồi ký.

在對話的最後，男生說「Bây giờ già rồi nên tôi chuyển sang viết hồi ký. ／現在已經老了，因此我改寫回憶錄」。因此正確答案是（A）Viết hồi ký ／寫回憶錄。至於選項（C）Viết văn học cách mạng ／寫革命文學和（D）Viết thơ ca ngợi đất nước ／寫詩歌頌國家，雖然對話中都有提到，但是，都是這位作家年輕時寫的，而不是現在。選項（B）Viết tốc ký ／寫速記，在對話中並未被提及。

Câu 9
Tác phẩm của nhân vật nam được lứa tuổi nào đón nhận?

(A) Thế hệ trung niên trở lên mới yêu thích.

(B) Các độc giả nước ngoài vô cùng yêu thích.

(C) Chỉ những người tham gia cách mạng thích đọc.

(D) Thanh niên ngày nay và thế hệ trước đều rất yêu thích.

第 9 題
男生的作品受到哪個年齡層歡迎？

(A) 中年以上的人才喜歡。

(B) 外國讀者非常喜歡。

(C) 只有參與革命的人才喜歡。

(D) 現在的年輕人以及老一輩的人都很喜歡。

解析

正確答案（ D ）

Thanh niên ngày nay và thế hệ trước đều rất yêu thích.

從對話中女生提到 「...Những tác phẩm của nhà văn về công cuộc xây dựng đất nước chẳng những được người thời ấy yêu quý mà cũng đã đi vào lòng không ít thế hệ trẻ ngày nay. 」我們可以知道，這位男作家的作品不僅受到當時候人們的歡迎，也受到現在年輕世代的喜愛。因此正確答案是（ D ）Thanh niên ngày nay và thế hệ trước đều rất yêu thích。

（A）不完整，僅提到部分年齡層。

（B）對話中沒有提到國讀者是否喜歡男作家的作品。

（C）對話中沒有提到只有參與革命的人才喜歡男作家的作品。

Memo

NCKU
國華越南語菜墙
iVPT
Kèm Đề Thi Mẫu và Đáp Án
KỲ THI NĂNG LỰC TIẾNG VIỆT QUỐC TẾ
Level **C** CẤP ĐỘ

會話內容 越文版

(b) NGHE ĐOẠN VĂN CHỌN ĐÁP ÁN

Đoạn văn 1 (từ câu 10 đến câu 12)

Năm 1875, tại Thụy Điển đã xảy ra một tai nạn đường sắt thương tâm, hai tàu tốc hành đâm thẳng vào nhau với tốc độ cao. Lúc bấy giờ, mọi người vẫn không tìm ra được nguyên nhân. Mãi sau đó, báo chí mới đưa tin nguyên nhân của vụ tai nạn đó là do người lái tàu năm ấy mắc chứng bệnh mù màu.

Bệnh mù màu hay còn được gọi là chứng rối loạn sắc giác, khiến người bệnh không phân biệt được màu sắc, nhưng vẫn có thể nhìn rõ mọi vật. Rất khó để nhận biết bệnh nhân mắc chứng bệnh mù màu, vì thường không có biểu hiện bên ngoài. Bệnh mù màu tuy không ảnh hưởng quá nhiều đến cuộc sống của người bệnh, thế nhưng, một số ngành nghề không chấp nhận bệnh nhân mù màu, ví dụ như: tài xế và các nghề liên quan đến màu sắc.

Bệnh mù màu được chia làm hai loại: khuyết sắc và mù màu hoàn toàn. Khuyết sắc có nghĩa là không phân biệt được một số màu nhất định như xanh, đỏ v.v... Còn mù màu hoàn toàn có nghĩa là nhìn tất cả mọi vật chỉ toàn màu trắng, xám và đen.

Nguyên nhân chính dẫn đến bệnh mù màu thường là do di truyền. Gen gây nên bệnh mù màu là một gen lặn, chủ yếu là do đột biến hay thiếu một gen trên nhiễm sắc thể X, vì thế nam giới thường dễ mắc chứng mù màu hơn nữ giới. Nữ giới chỉ mắc bệnh mù màu khi cả bố và mẹ đều mang gen mù màu. Ngoài ra, cũng có một số ít trường hợp mắc bệnh mù màu là do tính chất công việc, môi trường tiếp xúc dẫn đến sự suy giảm nhận thức màu sắc.

Một số nghiên cứu cho rằng người phương Tây dễ mắc chứng bệnh mù màu hơn người phương Đông. Hiện nay, bệnh mù màu vẫn chưa có cách chữa trị. Nhưng điều đáng vui mừng là các nhà khoa học đã tạo ra kính loạn sắc nhằm hỗ trợ các bệnh nhân mắc chứng mù màu có thể nhận biết được màu sắc.

會話內容 中譯版

（b） 短文選擇題

短文 1（第 10 題 ~ 第 12 題）

1875 年，在瑞典發生了一場嚴重的鐵道事故，兩列高鐵在高速駕駛時直接對撞。當時，大家都找不到事故原因。事後，新聞才報導該事故的原因是因為當年的駕駛員患有色盲症。

色盲症，又稱色覺辨認障礙，使得患者無法辨認顏色，但還可以看得清楚所有東西。我們難以分辨罹患色盲症的病人，因為病症沒有表現在他們的外表。色盲症雖然對於患者的生活沒有太大影響，然而，有一些職業無法接受色盲患者，例如：司機以及涉及顏色的工作。

色盲症可分為兩種：部分色盲及全色盲。部分色盲是指無法辨認一些具體的顏色如綠、紅 …… 等，而全色盲是指所有事物在患者眼中只顯示白、灰及黑色。

導致色盲症的主要原因通常是由於遺傳。引起色盲症的基因是一種隱性的基因，主要是由於 X 染色體突變或缺乏一個基因造成，因此，男性罹患色盲症的機率高於女性。女性僅在父母親都有色盲基因時，才會罹患色盲症。此外，也有一些造成患者色盲的原因是由於工作性質、接觸環境而導致顏色辨識力的減退。

有一些研究指出西方人比東方人更容易罹患色盲症。至今，色盲症仍然沒有方法能治癒。值得慶幸的是，科學家們已發明出有助色彩辨認的特殊鏡片供患者配戴。

題目　越文版・中譯版　含解析

Câu 10
Nguyên nhân chính của tai nạn giao thông năm 1875 ở Thụy Điển là gì?

(A) Đường ray xe lửa gặp sự cố.

(B) Người lái tàu vượt quá tốc độ.

(C) Đèn báo hiệu giao thông gặp sự cố.

(D) Người lái tàu không phân biệt được màu sắc.

第 10 題
1875 年在瑞典發生交通事故的主要原因是什麼？

(A) 火車鐵軌故障。

(B) 列車駕駛員超速。

(C) 交通號誌燈故障。

(D) 列車駕駛員無法辨認顏色。

解析

正確答案（D）

Người lái tàu không phân biệt được màu sắc.

根據短文的內容我們可以得知，「... nguyên nhân của vụ tai nạn đó là do người lái tàu năm ấy mắc chứng bệnh mù màu ／...該車禍的原因是因為當年的駕駛員患有色盲症。」

Câu 11
Nguyên nhân chính dẫn đến bệnh mù màu ở nữ giới là gì?

(A) Do môi trường sống.

(B) Do bố mang gen mù màu.

(C) Do mẹ mang gen mù màu.

(D) Do cả bố và mẹ đều mang gen mù màu.

第 11 題
導致女性罹患色盲症的主要原因是什麼？

（A）由於生活環境。

（B）由於父親有色盲基因。

（C）由於母親有色盲基因。

（D）由於父母親都有色盲基因。

解析

正確答案（D）

Do cả bố và mẹ đều mang gen mù màu.

根據短文的內容我們可以得知，「Nữ giới chỉ mắc bệnh mù màu khi cả bố và mẹ đều mang gen mù màu／女性僅在父母親都有色盲基因時，才會罹患色盲症」，因此正確答案是（D）Do cả bố và mẹ đều mang gen mù màu／父母親都有色盲基因。

Câu 12
Câu nào dưới đây đúng so với nội dung đoạn văn trên?

(A) Bệnh mù màu phổ biến ở nữ giới hơn là nam giới.

(B) Khuyết sắc là chứng bệnh không phân biệt được một số màu.

(C) Các nhà khoa học đã tìm ra phương pháp chữa trị bệnh mù màu.

(D) Người phương Tây ít mắc bệnh mù màu hơn người phương Đông.

第 12 題
根據短文內容，下列何者正確？

(A) 女性比男性容易罹患色盲症。

(B) 部分色盲是無法辨認一些顏色的疾病。

(C) 科學家已找出可以治癒色盲症的方法。

(D) 西方人比東方人少罹患色盲症。

解析

正確答案（ B ）

Khuyết sắc là chứng bệnh không phân biệt được một số màu.

根據短文的內容我們可以得知，「Khuyết sắc có nghĩa là không phân biệt được một số màu nhất định như xanh, đỏ... ／部分色盲是指無法辨認一些具體的顏色如綠、紅 ......」，因此正確答案為（B）Khuyết sắc là chứng bệnh không phân biệt được một số màu ／部分色盲是無法辨認一些顏色的疾病。

根據短文「... nam giới thường dễ mắc chứng mù màu hơn nữ giới ／......男性罹患色盲症的機率高於女性」，所以選項（A）不正確。

根據短文「Hiện nay, bệnh mù màu vẫn chưa có cách chữa trị ／至今，色盲症仍然沒有方法能治癒」，所以選項（C）不正確。

根據短文「Một số nghiên cứu cho rằng người phương Tây dễ mắc chứng bệnh mù màu hơn người phương Đông ／有一些研究指出西方人比東方人更容易罹患色盲症」，所以選項（D）不正確。

Đoạn văn 2 (từ câu 13 đến câu 15)

Mèo là một trong những vật nuôi gần gũi nhất với con người. Khác với những chú chó có thể thoải mái chơi đùa với nước, mèo không những không thích nước mà còn rất sợ nước. Nguyên nhân chính dẫn đến việc những chú mèo sợ nước là do tổ tiên của loài mèo sống trong các môi trường ít tiếp xúc với nước. Các nhà khoa học chỉ ra rằng, họ hàng tổ tiên gần nhất của loài mèo đến từ những vùng đất hoang dã ở châu Phi hay sa mạc của Trung Quốc. Và khi con người thuần chủng giống mèo để làm vật nuôi từ 9.500 năm trước, cũng đã bảo vệ mèo khỏi sự tiếp xúc của nước. Chính vì thế mèo không tiến hóa để thích nghi với nước.

Ngoài ra, cũng có ý kiến cho rằng, khi lông mèo bị ướt sẽ làm tăng trọng lượng cơ thể, dẫn đến cảm giác nặng nề, cũng như mất thăng bằng, khiến mèo không thể tự do hoạt động như bình thường. Thế nhưng, không hẳn tất cả các loài mèo đều sợ nước. Mèo sợ nước hay không còn phải tùy thuộc vào môi trường sống của chúng, cũng như sự tương tác giữa chúng với kẻ thù và con mồi. Các loài mèo hoang dã sống gần ao hồ, có khả năng bắt cá quanh mép nước, thậm chí sẵn sàng lội xuống nước để bắt cá.

Một số người cố tắm cho mèo, thậm chí là huấn luyện để khiến mèo không sợ nước. Trên thực tế, nếu như mèo được tắm từ nhỏ, sẽ khiến cho chúng vượt qua được nỗi sợ nước. Thế nhưng, các nhà khoa học khuyến cáo không nên cố gắng tắm cho mèo vì như thế sẽ làm khô da mèo. Mèo có thể tự vệ sinh cơ thể, bởi vì tuyến nước bọt của chúng có chất tẩy rửa tự nhiên, cũng như chiếc lưỡi có ngạnh đóng vai trò như một chiếc lược để loại bỏ chất bẩn.

會話內容　中譯版

短文 2（第 13 題～第 15 題）

　　貓是最貼近人類的寵物之一。不同於狗可以很自在地玩水，貓不但不喜歡水，而且還很怕水。貓怕水的主要原因來自貓科的祖先生活在幾乎沒有跟水接觸的環境。科學專家指出，最接近現代貓的祖先來自非洲的野生地帶以及中國沙漠地區。從 9500 年前，當人類開始馴養野貓成 家貓時，也保護貓遠離水。正因為如此，貓不需要進化來適應水。

　　此外，也有人認為，當貓毛被弄濕會增加體重，導致沉重、失去平衡的感覺，使貓無法像平常一樣自由活動。不過，不是所有貓種都怕水。貓是否怕水取決於牠們的生活環境以及和天敵、獵物的相處模式。生活在靠近湖泊的野貓，擁有岸邊撈魚的技能，甚至毫不猶豫下水抓魚。

　　有些人故意替貓洗澡，甚至訓練讓貓不再怕水。事實上，若貓從小就被洗澡，能使牠們跨越怕水的恐懼。不過，科學家建議不應該特意替貓洗澡，因為這麼做會使貓的皮膚乾燥。貓可以自已清理身體，因為貓的口水具有天然清洗成分，而且牠的舌頭上有倒 ，像梳子的功能可以處理掉髒污。

題目　越文版・中譯版　含解析

Câu 13
Câu nào dưới đây đúng so với nội dung đoạn văn trên?

(A) Tổ tiên loài mèo sống ở khu vực gần ao hồ.

(B) Những chú mèo sống ở khu vực ao hồ vẫn rất sợ nước.

(C) Lông mèo bị ướt sẽ hạn chế khả năng hoạt động của chúng.

(D) Khi tiếp xúc với nước, nhiệt độ cơ thể của mèo sẽ bị giảm xuống.

第 13 題
根據短文的內容，下列何者正確？

（ A ）貓的祖先生活在靠近湖泊的區域。

（ B ）生活在湖泊區域的那些貓還是很怕水。

（ C ）貓毛被弄濕會限制牠們活動的能力。

（ D ）當接觸到水，貓的體溫會下降。

解析

正確答案（C）

Lông mèo bị ướt sẽ hạn chế khả năng hoạt động của chúng.

短文第三段有提到，「… khi lông mèo bị ướt sẽ làm tăng trọng lượng cơ thể, dẫn đến cảm giác nặng nề, cũng như mất thăng bằng, khiến mèo không thể tự do hoạt động như bình thường ／…… 當貓毛被弄濕會增加體重，導致沉重、失去平衡的感覺，使貓無法像平常一樣自由活動」。因此正確答案是（C）Lông mèo bị ướt sẽ hạn chế khả năng hoạt động của chúng／貓毛被弄濕會限制牠們活動的能力。

（ A ）依據短文的第二段，貓的祖先是生活在非洲野生地帶或是中國沙漠地區而不是靠近湖泊。

（ B ）依據短文的第四段，不是所有貓都怕水，有些生活在靠近湖泊的野貓會撈魚、下水抓魚。

（ D ）短文中未提到貓毛接觸水會影響貓的體溫。

Câu 14

Tuyến nước bọt của mèo có thành phần gì?

(A) Chất tẩy rửa.   (B) Chất xúc tác.

(C) Chất ăn mòn.   (D) Chất kích thích.

第 14 題

貓的口水有什麼成分？

（A）清洗成分。   （B）催化劑。

（C）腐蝕性物質。   （D）刺激物。

解
析

正確答案（A）

Chất tẩy rửa.

短文最後一段有提到，「Mèo có thể tự vệ sinh cơ thể, bởi vì tuyến nước bọt của chúng có chất tẩy rửa tự nhiên...／貓可以自己清理身體，因為貓的口水具有天然清洗成分」，因此正確答案是（A）Chất tẩy rửa／清洗成分。

Câu 15

Các nhà khoa học khuyến cáo gì?

(A) Thường xuyên tắm cho mèo.

(B) Thường xuyên sấy khô lông mèo.

(C) Huấn luyện cho mèo không sợ nước.

(D) Tắm cho mèo không thật sự cần thiết.

第 15 題

科學家們有什麼建議？

(A) 經常替貓洗澡。

(B) 經常將貓毛吹乾。

(C) 訓練貓不怕水。

(D) 沒有必要幫貓洗澡。

解析

正確答案（D）

Tắm cho mèo không thật sự cần thiết.

短文最後一段提到，「... các nhà khoa học khuyến cáo không nên cố gắng tắm cho mèo vì như thế sẽ làm khô da mèo／科學家建議不應該特意替貓洗澡，因為這麼做會使貓的皮膚乾燥」。

Đoạn văn 3 (từ câu 16 đến câu 18)

Một trong những công cụ giúp xây dựng thương hiệu là quảng cáo. Không có thương hiệu nào trở nên nổi tiếng nếu không có quảng cáo. Tuy nhiên, liệu cứ quảng cáo thật nhiều thì thương hiệu có trở nên mạnh không? Trên thực tế, có khá nhiều thương hiệu ai cũng biết đến nhưng lượng mua hàng lại chẳng bao nhiêu. Vì vậy, để quảng cáo đạt được hiệu quả tốt nhất, mỗi doanh nghiệp phải chú trọng đến đặc điểm của thương hiệu, khách hàng, đối thủ cạnh tranh để đặt ra chiến lược quảng cáo phù hợp.

Chiến lược quảng cáo đối với mỗi sản phẩm là không giống nhau. Tuy nhiên, các chiến lược quảng cáo đều phải trải qua ba giai đoạn. Thứ nhất là tạo sự nhận diện trong tâm trí khách hàng. Đặc điểm của giai đoạn này là lặp đi lặp lại quảng cáo để nhắc nhở và in sâu vào não người tiêu dùng về sự hiện diện của thương hiệu. Vì vậy, độ phủ sóng và tần suất xuất hiện quảng cáo phải đủ mạnh để người tiêu dùng có thể nhìn thấy, nghe thấy thương hiệu ở nhiều nơi và tại nhiều thời điểm. Giai đoạn hai là hình ảnh hóa thương hiệu. Nghĩa là phải có hình ảnh nhất quán về thương hiệu, để người tiêu dùng chỉ cần xem mẫu quảng cáo sẽ dễ dàng nhận ra ngay thương hiệu. Giai đoạn ba là duy trì và đổi mới hình ảnh thương hiệu. Khi thương hiệu đã được nhiều người biết đến, hình ảnh thương hiệu cũng đã được định vị rõ ràng thì phải tiến hành đổi mới hình ảnh dựa trên hình ảnh cơ bản. Vì nếu không đổi mới, người xem sẽ nhàm chán, tuy nhiên nếu thay đổi hoàn toàn hình ảnh của thương hiệu, người tiêu dùng sẽ không thể nhận ra thương hiệu. Vì vậy, có thể nói đây là giai đoạn khó khăn và đòi hỏi nhiều chất xám nhất của các doanh nghiệp.

會話內容 中譯版

短文 3（第 16 題～第 18 題）

　　廣告是建立品牌的工具之一。沒有什麼品牌不靠廣告就能變得知名。然而，是否廣告越多品牌越強呢？實際上，很多品牌家喻戶曉但購買量卻沒有多少。因此，要讓廣告達到最大效益，企業要重視品牌的特點、客戶和競爭對手，從而制定合適的廣告策略。

　　廣告策略依據每一項商品而有所不同。然而，廣告策略都要經過三個階段。第一個階段是在客戶心中建立識別度。此階段的特點是一直反覆廣告來提醒並加深消費者腦海中對品牌的存在感。因此，廣告的涵蓋率與出現率要夠強才可以讓消費者在不同的地方、不同的時間點都可以看得見、聽得見品牌。第二個階段為品牌圖像化。意思是品牌必須要有一致性的圖像，消費者只要看到廣告樣式就有能夠立即認出品牌。第三個階段為維持與更新品牌的圖像。當品牌已取得大眾的認識，品牌的圖像在市場上已被明確定位，就要開始依據原本的圖像進行更新圖像。因為若沒有更新，瀏覽者會感到枯燥，然而，若將品牌的圖像完全修改，消費者會無法認出品牌。因此，可以說這是最困難且需要企業付出最多的腦力的階段。

Câu 16

Theo đoạn văn trên, chức năng của quảng cáo là gì?

(A) Giúp tăng trưởng kinh tế.

(B) Giúp xây dựng thương hiệu.

(C) Giúp nâng cao chất lượng sản phẩm.

(D) Giúp giải thích về cách sử dụng sản phẩm.

第 16 題

根據短文，廣告的功能是什麼？

(A) 有助促進經濟發展。

(B) 有助建立品牌。

(C) 有助提高商品質量。

(D) 有助解釋商品的使用方法。

解析

正確答案（B）

Giúp xây dựng thương hiệu.

短文第一段第一句開宗明義便提到，「Một trong những công cụ giúp xây dựng thương hiệu là quảng cáo ／廣告是建立品牌的工具之一」。

Câu 17

Theo đoạn văn trên, chiến lược quảng cáo có vai trò gì?

(A) Nâng cao giá bán sản phẩm.

(B) Giúp quảng cáo phát triển hơn.

(C) Nâng cao chất lượng sản phẩm.

(D) Giúp quảng cáo đạt hiệu quả tối ưu.

第 17 題

根據短文，廣告策略扮演什麼樣的角色？

（A）提高產品的價格。

（B）有助廣告業更加發展。

（C）提高產品的品質。

（D）有助廣告達到最佳效果。

解析

正確答案（D）

Giúp quảng cáo đạt hiệu quả tối ưu.

從短文的第一段我們可以得知，「… để quảng cáo đạt được hiệu quả tốt nhất, mỗi doanh nghiệp phải … đặt ra chiến lược quảng cáo phù hợp ／ …… 要讓廣告達到最大效益，企業要 …… 制定合適的廣告策略」。

Câu 18
Trong chiến lược quảng cáo, giai đoạn nào là khó khăn nhất?

(A) Hình ảnh hóa thương hiệu.

(B) Khẳng định vị trí của thương hiệu.

(C) Duy trì và đổi mới hình ảnh thương hiệu.

(D) Tạo sự nhận diện trong tâm trí khách hàng.

第 18 題
在廣告策略，哪一個階段最困難？

(A) 品牌圖像化。

(B) 確立品牌的地位。

(C) 維持與更新品牌圖像。

(D) 在客戶心中建立識別度。

正確答案（C）

Duy trì và đổi mới hình ảnh thương hiệu.

從短文的最後一段我們可以得知，最困難的階段為廣告策略的第三個
階段，即維持及更新品牌的圖像，因為品牌圖像若未更新會了無新意，
但更新過了頭又會使原本消費者無法辨識品牌。

Đoạn văn 4 (từ câu 19 đến câu 21)

Con người khi mắc bệnh tùy vào loại bệnh mắc phải mà có những triệu chứng khác nhau như đau đầu, buồn nôn, sốt, sụt cân v.v... Trong đó, sốt là triệu chứng thường xuất hiện nhất. Một điều vô cùng lý thú là các nhà khoa học đã phát hiện ra thực vật cũng xuất hiện tình trạng sốt. Sốt cũng là triệu chứng chứng tỏ cây đang mắc bệnh. Ví dụ như có một số cây chỉ cần thân nhiệt bình thường của chúng cao hơn các loại cây xung quanh từ 2 - 4 độ C thì chứng tỏ cây đó đã mắc bệnh. Để tìm nguyên nhân gây ra tình trạng cây bị sốt, các nhà khoa học đã trực tiếp quan sát và phát hiện ra rằng, nguồn gốc bệnh của cây đều xuất phát từ rễ. Khi rễ không khỏe hoặc bị tấn công bởi sâu mọt, sẽ ảnh hưởng đến sự hấp thu chất dinh dưỡng của cây. Khi cây không đủ chất dinh dưỡng sẽ dẫn đến hiện tượng sốt. Ngoài ra, tình trạng thiếu nước trầm trọng cũng là một trong những nguyên nhân gây ra sốt ở cây. Kết quả thực nghiệm cho thấy, lá cây của những cây bị bệnh thường có nhiệt độ cao hơn các lá cây của cây bình thường từ 3 - 5 độ C. Căn cứ vào bệnh trạng của cây, chúng ta có thể tìm ra được cách chữa trị như bón phân phù hợp để rễ khỏe mạnh hơn hoặc tưới nước nhiều cho cây v.v…Từ đó giúp cây phục hồi và phát triển bình thường.

短文 4（第 19 題～第 21 題）

　　人類生病時，會隨著不同病情而有不同的症狀如：頭痛、反胃、發燒、體重下降 …… 等。其中，發燒是最常見的症狀。一個非常有趣的現象是，科學家們已經發現植物也會出現發燒的情形。發燒也是植物生病的症狀。譬如，有一些樹木，只要樹幹的溫度比周遭的樹木的溫度高 2 到 4 度，就表示那棵樹已經生病了。為了找出引起樹木發燒狀態的原因，科學家們已實際觀察並發現，樹木生病的原由來自根部。當樹根不健康或被蛀蟲攻擊，即會影響到樹木的營養吸收。當樹木不夠營養時，會導致發燒的現象。此外，嚴重缺乏水分的狀態，也是引起樹木發燒的原因之一。實驗結果顯示，生病樹木的葉子溫度通常比健康樹木的葉子溫度高 3 到 5 度。根據樹木的病症，我們可以找出治療的方式，如：幫樹木恰當施肥，讓樹根更加健康或是多澆水 …… 等。從而幫助樹木康復並正常生長。

題目 越文版 · 中譯版 含解析

Câu 19

Nhiệt độ của lá cây mắc bệnh so với lá cây khác như thế nào?

(A) Cao hơn 2-4 độ **C** .　　　(B) Cao hơn 3-5 độ **C**.

(C) Thấp hơn 2-4 độ **C**.　　(D) Thấp hơn 3-5 độ **C**.

第 19 題

生病樹木的葉子跟一般健康的溫度差別如何？

（A）高 2~4 度。　　　　　（B）高 3~5 度。

（C）低 2~4 度。　　　　　（D）低 3~5 度。

正確答案（B）

Cao hơn 3 - 5 độ C.

短文中有提到，生病的樹木會出現發燒的症狀，因此答案一定是選項

（A）或（B）。至於溫度的數字則須在聽短文時多留意並記下來，

從短文可以得知「... lá cây của những cây bị bệnh thường có nhiệt

độ cao hơn các lá cây của cây bình thường từ 3 - 5 độ C ／......

生病樹木的葉子溫度通常比健康樹木的葉子溫度高 3 到 5 度」。

Câu 20

Hiện tượng sốt của cây thường do phát bệnh ở bộ phận nào?

(A) Hoa.

(B) Rễ cây.

(C) Lá cây.

(D) Thân cây.

第 20 題

樹木發燒的現象通常是由於哪一個部份生病？

（A）花朵。

（B）樹根。

（C）樹葉。

（D）樹幹。

解析

正確答案（B）

Rễ cây.

在短文中我們可以得知，「Để tìm nguyên nhân gây ra tình trạng cây bị sốt, các nhà khoa học đã trực tiếp quan sát và phát hiện ra rằng, nguồn gốc bệnh của cây đều xuất phát từ rễ／為了找出引起樹木發燒狀態的原因，科學家們已實際觀察並發現，樹木生病的原由來自根部」。因此正確答案是（B）Rễ cây／樹根。

短文沒有提到選項（A）花朵。而選項（C）樹葉、（D）樹幹，是樹木發燒表現出症狀的部位，並不是引起樹木發燒的部位。

Câu 21

Câu nào dưới đây đúng so với nội dung đoạn văn trên?

(A) Sốt là biểu hiện cây đang mắc bệnh.

(B) Sốt là một biểu hiện thường thấy ở cây.

(C) Sốt sẽ thúc đẩy quá trình phát triển của cây.

(D) Thiếu nước sẽ dẫn đến việc cây không đủ chất.

第 21 題

根據短文，下列何者正確？

（A）發燒是樹木生病的表現。

（B）發燒是樹木常見的表現。

（C）發燒將助於樹木生長的過程。

（D）缺乏水分會導致樹木缺乏營養。

解析

正確答案（A）

Sốt là biểu hiện cây đang mắc bệnh.

根據短文，我們可以得知，發燒是樹木生病的現象，因此正確答案是

（A）Sốt là biểu hiện cây đang mắc bệnh／發燒是樹木生病的現象。

（B）發燒並非常見的情形，只會出現在樹木生病的時候。

（C）發燒不會促進樹木的生長，施肥及澆水等會讓樹木更健康，才能
讓樹木茁壯。

（D）缺乏水分是導致樹木發燒的原因之一，而不是導致樹木缺乏營養。
樹木缺乏營養的原因是樹木根部不健康或被蛀蟲攻擊，而不是缺
乏水分。

Đoạn văn 5 (từ câu 22 đến câu 25)

Nước mắm là một trong những gia vị phổ biến và không thể thiếu của người dân Việt Nam. Hiện nay, bạn bè quốc tế cũng dần dần tiếp nhận loại gia vị đặc trưng này. Hương vị của những món ăn phổ biến như chả giò, bánh xèo v.v … sẽ thiếu trọn vẹn nếu không dùng cùng với món nước chấm này.

Khoảng hai trăm năm trước, tại tỉnh Kiên Giang, Phú Quốc, người dân nơi đây mặc dù may mắn đánh bắt được nhiều cá, nhưng lại tiêu thụ không hết. Vì thế, họ đã nghĩ ra cách bảo quản bằng muối, đó cũng chính là tiền đề để sáng tạo nên phương pháp kéo rút cho ra nước mắm.

Nguyên liệu để làm nước mắm ở mỗi miền thường khác nhau tùy vào loại cá đánh bắt được ở nơi đấy. Nếu như ở miền Bắc và miền Trung sử dụng các loại cá như cá thu, cá nục hay cá trích thì ở miền Nam, đặc biệt vùng Phú Quốc, chủ yếu sử dụng cá cơm. Đây cũng chính là loại cá làm nước mắm ngon nhất. Chính điều này đã góp phần khiến cho nước mắm Phú Quốc mang đặc sắc riêng không lẫn với các thương hiệu nước mắm khác.

Nước mắm đạt tiêu chuẩn cần đáp ứng đủ điều kiện về giá trị dinh dưỡng cũng như độ cảm quan. Giá trị dinh dưỡng bao gồm lượng đạm, các sinh tố, muối khoáng. Trong đó, độ đạm của nước mắm thượng hạng là 30 độ đạm, dưới 10 độ đạm thì không được gọi là nước mắm. Độ cảm quan bao gồm hương vị, màu sắc và trạng thái. Nước mắm ngon sẽ có hương thơm nhẹ, màu cánh gián, vị mặn ở đầu lưỡi nhưng lại ngọt thanh ở cuống họng.

Quy trình sản xuất nước mắm khá phức tạp, nhưng chủ yếu có thể phân thành bốn khâu theo trình tự sau: đánh bắt và xử lý cá, ướp muối, lên men khô và kéo rút. Thời gian để cho ra nước mắm thành phẩm, không chỉ phụ thuộc vào việc áp dụng phương pháp cổ truyền hay cải tiến, mà còn phải phụ thuộc vào các yếu tố khác như: thùng chứa, thời tiết, chủng loại cá và kỹ thuật chế biến. Cá ướp trong thùng chứa nhỏ sẽ dễ chín hơn trong thùng chứa lớn, mùa nóng cá sẽ dễ chín hơn mùa lạnh, cá thịt mềm chín nhanh hơn cá thịt rắn chắc.

短文 5（第 22 題～第 25 題）

　　魚露是越南人最普遍且不可缺少的佐料之一。現今，國際朋友們也漸漸接受越南這一項極具特色的佐料。各種普遍的料理如炸春捲、煎餅等的滋味，若沒配上魚露這項沾醬就會不夠完美。

　　大約 200 年前，在建江省富國縣，雖然人們很幸運捕捉到很多魚，可是卻吃不完。於是他們想出一個用鹽巴來保存的方法，那正是創造精煉出魚露方法的前身。

　　在每個地區製作魚露的原料常有所不同，取決於在該地區捕捉到的魚種。若在北部和中部常用鯖魚、鯵魚或沙丁等魚種，而南部，特別是富國地區，卻主要使用鳳尾魚。這也正是製作出最好吃的魚露的魚種。正是這點使得富國的魚露擁有獨特的味道，不同於其他魚露品牌。

　　魚露要達到標準需要擁有足夠的營養價值以及感官值的條件。營養價值包括蛋白質、維生素及礦物鹽。其中，高級魚露的蛋白質含量要達到 30 度，蛋白質含量低於 10 度不可稱之為魚露。感官值包括滋味、顏色及狀態。好吃的魚露帶有些許的香味、琥珀色、在舌尖有鹹味，在喉嚨卻會回甘。

　　製作魚露的過程很複雜，不過主要可分 以下四個步驟：捕捉與處理魚、醃漬、發酵及精煉。製作魚露完成的時間，不僅取決於傳統或改良的作法，還取決於其他因素，如：裝置容器、天氣、魚種以及製作技術。魚醃漬在小容器會比大容器較容易熟，在夏天魚比在冬天較容易熟，肉軟的魚比肉結實的魚更快熟。

題目 越文版 · 中譯版 含解析

Câu 22

Loại cá nào thường được sử dụng để làm nước mắm ở vùng Phú Quốc?

(A) Cá thu.　　　　　　　(B) Cá nục.

(C) Cá cơm.　　　　　　　(D) Cá trích.

第 22 題

在富國地區哪一種魚常被用來製作魚露？

（A）鯖魚。　　　　　　　（B）鯵魚。

（C）鳳尾魚。　　　　　　（D）沙丁魚。

 正確答案（C）

Cá cơm.

短文第三段中提到「... thì ở miền Nam, đặc biệt vùng Phú Quốc, chủ yếu sử dụng cá cơm ／ ...... 而南部，特別是富國地區，卻主要使用鳳尾魚」，因此正確答案是（C）Cá cơm ／鳳尾魚。

而選項（A）、（B）、（D）都是越南北部和中部製作魚露常用的魚種。

Câu 23

Quy trình sản xuất nước mắm là gì?

(A) Xử lý cá, ướp muối, lên men khô, kéo rút.

(B) Xử lý cá, lên men khô, ướp muối, kéo rút.

(C) Xử lý cá, kéo rút, ướp muối, lên men khô.

(D) Ướp muối, xử lý cá, lên men khô, kéo rút.

第 23 題

製作魚露的過程是什麼？

（ A ）處理魚、醃漬、發酵、精煉。

（ B ）處理魚、發酵、醃漬、精煉。

（ C ）處理魚、精煉、醃漬、發酵。

（ D ）醃漬、處理魚、發酵、精煉。

解析

正確答案（ A ）

Xử lý cá, ướp muối, lên men khô, kéo rút.

短文第五段中可以聽到魚露製作的步驟依序是「…đánh bắt và xử lý cá, ướp muối, lên men khô và kéo rút ／捕捉與處理魚、醃漬、發酵、精煉。」因此正確答案是（ A ）Xử lý cá, ướp muối, lên men khô, kéo rút ／處理魚、醃漬、發酵、精煉。

Câu 24

Câu nào dưới đây đúng so với nội dung đoạn văn trên?

(A) Ướp cá vào mùa nóng khó chín hơn vào mùa lạnh.

(B) Ướp cá thịt rắn sẽ chín chậm hơn ướp cá thịt mềm.

(C) Ướp cá trong thùng lớn sẽ dễ chín hơn trong thùng nhỏ.

(D) Kỹ thuật chế biến không ảnh hưởng đến thời gian ướp cá.

第 24 題

根據短文，下列何者正確？

（ A ）在夏天醃魚比在冬天難熟。

（ B ）醃肉結實的魚比醃肉軟的魚慢熟。

（ C ）在大桶子醃魚比在小桶子容易熟。

（ D ）製作技術不會影響到醃魚的時間。

解析 正確答案（B）

Ướp cá thịt rắn sẽ chín chậm hơn ướp cá thịt mềm.

短文中提到「...cá thịt mềm chín nhanh hơn cá thịt rắn chắc／......肉軟的魚比肉結實的魚更快熟」，換句話說，肉結實的魚比肉軟的魚慢熟。因此正確答案是（B）Ướp cá thịt rắn sẽ chín chậm hơn ướp cá thịt mềm。

（A）在夏天醃魚比在冬天較容易熟才符合短文內容。

（C）魚醃漬在小容器會比大容器較容易熟。

（D）短文中沒有提到，製作技術不會影響到醃魚的時間。

本題主要內容出現在短文的最後一段，且答案呈現的方式並非與短文說法完全一樣，考生須先理解後再進行選擇。

Câu 25

Độ đạm tiêu chuẩn của nước mắm thượng hạng là bao nhiêu?

(A) 10 độ đạm.   (B) 20 độ đạm.
(C) 30 độ đạm.   (D) 40 độ đạm.

第 25 題

高級魚露蛋白質含量的標準是多少度？

（A）10 度。   （B）20 度。
（C）30 度。   （D）40 度。

正確答案（C）

30 độ đạm.

短文第四段中提到「… độ đạm của nước mắm thượng hạng là 30 độ đạm ／…… 高級魚露的蛋白質含量要達到 30 度。」因此正確答案是（C）30 độ đạm ／ 30 度。選項（A）蛋白質含量低於 10 度，不可稱之為魚露。選項（B）20 度、（D）40 度，短文沒有提到。

C 級 高級測驗模擬試題解析

閱 讀 測 驗

> 閱讀測驗時間為 40 分鐘，分為：（a）詞彙與語法、
> （b）短文理解兩部分。每題有 4 個選項，其中只有
> 1 個正確答案，答對 1 題得 2.5 分，總分為 100 分。
> 請在答案卡上用 2B 鉛筆將正確答案的圓圈塗滿。

（a）詞彙與語法
（b）短文理解

題目 越文版 · 中譯版 含解析

(a) TỪ VỰNG VÀ NGỮ PHÁP

(a) 詞彙與語法

Câu 1

Bàn thắng không được công nhận, vì trọng tài cho rằng một cầu thủ đã phạm lỗi _____ .

(A) Liệt vị.   (B) Việt vị.

(C) Định vị.   (D) Thiên vị.

第 1 題

此球不得分，因為裁判認定有一位隊員已犯 _____ 。

（A）列位。   （B）越位。

（C）定位。   （D）偏愛。

正確答案（B）

Việt vị.

本題為單字題，選項（B）Việt vị：越位（英語：offside）是足球運動的規則。

（A）Liệt vị：（舊詞）各位的意思。意同：các vị。

Câu 2

Theo chẩn đoán của bác sĩ, đứa trẻ này rất có khả năng đã mắc chứng bệnh _____ .

(A) Tự kỷ.   (B) Vị kỷ.

(C) Thế kỷ.   (D) Ích kỷ.

第 2 題

根據醫生的診斷，這小孩很有可能已得了 _____ 症。

（A）自閉。   （B）為己。

（C）世紀。   （D）自私。

正確答案（A）

Tự kỷ.

本題為單字題，從題目中可以看出醫生診斷出這個小孩得了一種病，

因此答案應該是一種疾病名稱，選項當中（A）最符合題意。

（B）Vị kỷ：指做什麼事情只考慮到自己的人。意同：Ích kỷ。

Câu 3

Chị ấy vừa trải qua cơn bạo bệnh, trước mắt cần phải _____ một thời gian.

(A) Tĩnh điện.　　　　　　(B) Tĩnh lặng.

(C) Tĩnh mịch.　　　　　　(D) Tĩnh dưỡng.

第 3 題

她剛經歷一場重病，目前需要 _____ 一段時間。

（A）靜電。　　　　　　（B）寧靜。

（C）無聲。　　　　　　（D）靜養。

解析

正確答案（D）

Tĩnh dưỡng.

本題為單字題，選項（D）最符合題意。

（B）Tĩnh lặng、（C）Tĩnh mịch 意思幾乎相近，指空間寧靜無聲、荒蕪，完全沒有一點聲響。

Câu 4

Trịnh Công Sơn là nhạc sĩ nổi tiếng khắp Việt Nam với rất nhiều ca khúc _____ .

(A) Bất hủ.

(B) Bất lực.

(C) Bất nhẫn.

(D) Bất lương.

第 4 題

鄭功山以許多 _____ 之歌成為越南有名的音樂家。

(A) 不朽。

(B) 無力。

(C) 無耐心。

(D) 無良。

正確答案（A）

Bất hủ.

題目中的 "nổi tiếng" 為正面形容詞，因此應選擇正面的形容詞來形容鄭功山創作的歌曲。

（B）Bất lực：形容沒有力氣做任何事情。

（C）Bất nhẫn：指人的性格時，表示無法忍耐、沒有耐心；也可以表示不忍心。

（D）Bất lương：指沒有良心的人。

Câu 5

_____ là loài chim rừng, sống nhiều ở vùng rừng rậm núi cao, khí hậu mát và lạnh như Lạng Sơn, Lai Châu và Sơn La của Việt Nam.

(A) Họa sĩ.   (B) Họa đồ.

(C) Họa mi.   (D) Họa tiết.

第 5 題

_____ 是山鳥，主要聚集在高山森林、氣候涼冷的地方，如越南的諒山、萊州及山羅。

(A) 畫家。   (B) 圖畫。

(C) 畫眉鳥。   (D) 花紋。

 正確答案（C）

Họa mi.

題目中可以看到主詞為一個名詞，後方賓語是「山鳥」，因此答案應選擇鳥的種類，選項（C）最符合題意。

（D）Họa tiết：指物品上的花紋、圖騰、條紋、細節。

NCKU
國際越南語聯盟
IVPT
KỲ THI NĂNG LỰC TIẾNG VIỆT QUỐC TẾ
Kèm Đề Thi Mẫu và Đáp Án
Level C CẤP ĐỘ

Câu 6

Anh ấy luôn cư xử _____ , lịch thiệp trong mọi tình huống.

(A) Nhã nhặn.　　　　　　　(B) Nhã nhạc.

(C) Trang nhã.　　　　　　　(D) Khiếm nhã.

第 6 題

在任何情況下，他總是保持 _____ 、禮貌地態度與人相處。

（A）儒雅。　　　　　　　（B）雅樂。

（C）樸素淡雅。　　　　　（D）粗俗。

解析　正確答案（A）

Nhã nhặn.

在題目中可以看到，「空格」及「lịch thiệp／禮貌」兩詞是用來形容前方「cư xử 表現、待人處事、對待別人的態度」。「lịch thiệp／禮貌」為正面形容詞，因此空格處應選擇正面形容詞。選項（A）Nhã nhặn：指男士有教養、斯文、溫文儒雅。這個選項最符合語境。

（B）Nhã nhạc：指越南傳統音樂表演，最著名的是順化宮廷雅樂（Nhã nhạc cung đình Huế）。

（C）Trang nhã：形容款式大方、樣式不俗氣；形容顏色雅致、素淡典雅；也可以形容詞句典雅優美、不粗俗。

（D）Khiếm nhã：形容人粗鄙、粗俗、不合禮節、不禮貌。

Câu 7

Các công nhân đang trộn hỗn hợp _____, để chuẩn bị xây lại tường cho ngôi nhà bị đổ do động đất hồi tuần trước.

(A) Xi mạ.　　　　　　　　(B) Xi lanh.

(C) Xi nhan.　　　　　　　(D) Xi măng.

第 7 題

工人正在攪拌 _____ 混合物，準備重建上禮拜因地震而倒塌的房子牆壁。

（A）鍍。　　　　　　　　（B）針筒。

（C）方向燈。　　　　　　（D）水泥。

解析

正確答案（D）

Xi măng.

關鍵字為「công nhân 工人」、「xây lại 重建」、「tường 牆壁」，從題目後半段可以得知工人要重建牆壁，因此工人應在攪拌「水泥」混合物。

（A）Xi mạ：鍍。指用電解或其他化學方法使金屬附著到其他物體表面上，形成薄層。

Câu 8

Thử thách lớn nhất trong cuộc đời thường không xảy ra trong _____ mà là sau khi đạt được thành công.

(A) Nghịch lý.　　　　　　　　　(B) Nghịch tặc.

(C) Nghịch cảnh.　　　　　　　 (D) Nghịch ngợm.

第 8 題

人生中最大的挑戰通常不會發生在 _____ 中，而是發生在得到成功之後。

（A）悖論。　　　　　　　　（B）盜賊。

（C）逆境。　　　　　　　　（D）調皮。

正確答案（C）

Nghịch cảnh.

此題的文法是「không... mà... 」，前後單字應為反義詞。題目中「... mà là sau khi đạt được "thành công" 」這裡的「成功」為關鍵詞，因此答案應為成功的反義詞，選項（C）Nghịch cảnh ／逆境、不順利的遭遇最符合語境。

（A）Nghịch lý：悖論（英語：Paradox），亦稱為佯謬或詭局，是指一種導致矛盾的命題。通常從邏輯上無法判斷正確或錯誤則可稱之為悖論。

（B）Nghịch tặc：此為舊詞。指盜賊、逆賊、叛賊。

Câu 9

Ai nấy đều mệt bở hơi tai mới _____ hết đống đồ đạc lên đến tầng năm cho bạn ấy.

(A) Xô.　　　　　　　　(B) Đạp.

(C) Chôn.　　　　　　(D) Khiêng.

第 9 題

大家都累得半死才幫他 _____ 所有的東西到五樓去。

（A）推倒。　　　　　　（B）踩。

（C）埋。　　　　　　　（D）扛。

解析　　正確答案（D）

Khiêng.

題目中可以得知，大家幫忙將東西移動到五樓，選項中最符合的動詞是「Khiêng／扛」。

NCKU
國立成功大學

IVPT
國際越南語認證

Kèm Đề Thi Mẫu và Đáp Án
KỲ THI NĂNG LỰC TIẾNG VIỆT QUỐC TẾ

Level C CẤP ĐỘ

Câu 10

_____ cô ta rất thất thường, vui đó buồn đây chả ai biết được!

(A) Tính khí.

(B) Tính chất.

(C) Tính toán.

(D) Tính mạng.

第 10 題

她的 _____ 反覆無常，有時開心，有時難過，沒人能料到！

(A) 情緒。

(B) 性質。

(C) 計算、計較。

(D) 生命。

解析

正確答案（A）

Tính khí.

題目中「vui」以及「buồn」都是用來形容人的心情或情緒狀態，因此可以推測題目中是要形容她的「情緒」反覆無常，故答案（A）最符合語境。

（B）Tính chất：較常用以形容物質所具有的性能或事物的性質、特性。

Câu 11
Từ nào sau đây có cấu tạo từ khác với những từ còn lại?

(A) Bơi lội. (B) Bơi ếch.

(C) Bơi ngửa. (D) Bơi bướm.

第 11 題
下列哪個詞的結構不同於其他的詞？

（A）游泳。 （B）蛙式游泳。

（C）仰式游泳。 （D）蝶式游泳。

解析

正確答案（A）

Bơi lội.

依詞性而言，（B）Bơi ếch、（C）Bơi ngửa、（D）Bơi bướm 的結構皆是用第二個字去形容第一個字，例如「bơi」是游泳，在後方加入「ếch」青蛙則是形容游泳的姿勢，「Bơi ếch」便為蛙式游泳。

而選項（A）Bơi lội 這個詞，「bơi」是游泳，「lội」是涉水、戲水，兩個字是意思相近的動詞，分開也可獨立做為動詞使用，是「同近義複合詞」。

而選項（B）Bơi ếch、（C）Bơi ngửa、（D）Bơi bướm 皆為「偏正式複合詞」，複合詞內有「主要」和「次要」的詞，其中，「次要的詞」補充意義給「主要的詞」而組成一個複合詞。

Câu 12

Tên cướp vét _____ sành sanh mọi thứ quý giá trong nhà.

(A) Đủ.   (B) Sạch.

(C) Hết.   (D) Gọn.

第 12 題

家裡所有珍貴的物品都被小偷撈得 _____ 。

(A) 足夠。   (B) 乾淨。

(C) 結束。   (D) 整齊。

解
析

正確答案（B）

Sạch.

本題主詞是「tên cướp／小偷」，動詞是「vét／拿、挖、撈」，而空格是用來形容動詞的副詞，我們可以推測這句話的語意是「小偷將物品都拿走」，因此（A）Đủ、（D）Gọn 都不可能是答案。（B）Sạch 有乾淨之意，而（C）Hết 是結束或完成某事之意，在越南文中，「sạch sành sanh」為固定用法，指一乾二淨的意思。因此要形容小偷拿光所有東西，應選（B）最適合。

Câu 13

_____ biết con đường phía trước còn nhiều chông gai, nhưng tôi sẽ không bỏ cuộc.

(A) Chỉ.   (B) Nếu.

(C) Dẫu.   (D) Còn.

第 13 題

_____ 知道將來的路佈滿荊棘，但是我絕不放棄。

(A) 只有。   (B) 如果。

(C) 即使。   (D) 至於。

解析

正確答案（C）

Dẫu.

題目中「空格」與後方的「nhưng」句意為「即使...但是...」，「Dẫu... nhưng...」為越南文固定用法，因此選項（C）為標準答案。

（A）Chỉ 是「只有」的意思；（B）Nếu 是「如果」的意思，通常做為連接詞使用；（D）Còn 有「至於、還有」等意，皆不符合題意。

Câu 14

_____ nó không đến không phải là lỗi của anh ấy.

(A) Vì.   (B) Tuy.

(C) Nên.   (D) Việc.

第 14 題

他沒來的 _____ 不是他的錯。

（A）因為。   （B）雖然。

（C）所以。   （D）事情。

解
析

正確答案（D）

Việc.

（D）Việc 本意為「事情」，越南文中，這個詞有將一個行為、動作
名詞化的作用，在題目中「Việc nó không đến」名詞化後成為整句
的主詞，意思是「他沒來的這一件事情」。因此答案為（D）Việc。

（A）Vì 是「因為」的意思；（C）Nên 是「所以」的意思；（B）
Tuy 是「雖然」的意思；皆不符合題意。

Câu 15

Mặc dù trải qua rất nhiều gian lao, thử thách, nhưng chúng tôi vẫn cố gắng, vì các thành viên trong nhóm luôn tin rằng_____ chúng tôi_____ thành công.

(A) Giá như... thì...　　　　(B) Bất kể... cũng...

(C) Thà... còn hơn...　　　　(D) Thế nào... cũng...

第 15 題

雖然經歷過很多艱難與挑戰，但是我們仍然繼續努力，因為團體中的每一個成員都相信 _____ 我們 _____ 會成功。

(A) 假如 … 就 …　　　　(B) 不論 … 也 …

(C) 寧願 … 也不要 …　　　　(D) 無論如何 … 也 …

解析

正確答案（D）

Thế nào... cũng...

根據題目內容，只有「無論如何 … 也 …」才符合語境。（A）、（B）、（C）皆不符合題意。

(b) ĐỌC HIỂU ĐOẠN VĂN

Đoạn văn 1

Hồ Xuân Hương là một trong những nhà thơ nữ nổi tiếng của Việt Nam. Sống vào thời kỳ cuối thế kỷ 18 và đầu thế kỷ 19, nữ thi sĩ lớn lên trong giai đoạn đất nước có những bất ổn về chính trị và xã hội. Chính những thay đổi này cùng với tư tưởng "trọng nam khinh nữ" thời phong kiến đã có ảnh hưởng lớn tới đề tài sáng tác của Hồ Xuân Hương. Thơ của Hồ Xuân Hương được viết bằng chữ Nôm với cách viết vô cùng độc đáo và nhiều tầng ý nghĩa, vừa thanh vừa tục, vừa mang tính trào phúng vừa đậm chất trữ tình. Thơ Hồ Xuân Hương thể hiện sự phê phán đanh thép đối với xã hội cũ, là sự thương cảm, bất mãn bởi thân phận bọt bèo của người phụ nữ Việt Nam thời phong kiến, đồng thời là tiếng nói thể hiện tư tưởng đòi bình quyền cho người phụ nữ. Thơ Hồ Xuân Hương đậm chất hiện thực pha lẫn cái ngông, cái bất cần lẫn phản kháng của một nữ sĩ. Điều này rất hiếm có trong xã hội lúc bấy giờ, đặc biệt là trong thơ ca. Vì vậy, có thể nói, "Hồ Xuân Hương" là một hiện tượng thơ ca đầy lý thú, là một nhà thơ phá cách đáng trân trọng trong nền văn học trung đại của Việt Nam. Hồ Xuân Hương đã vận dụng chữ Nôm rất thuần thục, tinh tế, tạo nên những áng thơ mang đậm "chất nôm" nhưng không kém phần sâu sắc cho nền thơ ca Việt Nam. Chính vì thế, bà được người đời mệnh danh là "Bà Chúa thơ Nôm".

短文內容 ● 中文版

(b) ĐỌC HIỂU ĐOẠN VĂN

短文 1

　　胡春香是越南著名的女詩人之一。生活於十八世紀末十九世紀初，這位女詩人在國家政治與社會動盪之下長大。這些變動加上封建社會「重男輕女」的思想大大影響到胡春香的作品題材。胡春香的詩用喃字來書寫，擁有獨特的創作手法、多層次意涵、又雅又俗、既帶有嘲諷又有濃厚的感情。胡春香的詩表現了對封建社會的強硬批判，並對於封建時代下越南女性卑微的身分感到同情與不滿，同時替女性提出「要求平權思想」的呼籲。胡春香的詩充滿著現實性以及一位女性的狂妄、不顧一切及反抗的態度。這件事在當時社會裡非常稀有，特別是在詩歌裡。所以，可以說，「胡春香」是充滿趣味的詩歌現象，是越南中代文學裡值得敬佩的特例詩人。胡春香非常熟練、細膩地使用喃字，創造出充滿「喃性」又不乏深意的詩歌獻給越南文壇。正因如此，她被人們稱為「喃字詩女王」。

NCKU
國際越南語認證
iVPT
KỲ THI NĂNG LỰC TIẾNG VIỆT QUỐC TẾ
Kèm Đề Thi Mẫu và Đáp Án
Level C CẤP ĐỘ

題目 越文版 · 中譯版 含解析

Câu 16

Những nhân tố chủ yếu nào ảnh hưởng đến thơ ca Hồ Xuân Hương?

(A) Đất nước trải qua những biến động lớn về chính trị.

(B) Thân phận bọt bèo của người phụ nữ trong xã hội cũ.

(C) Phong trào nữ quyền trong xã hội Việt Nam lúc bấy giờ.

(D) Bất ổn thời cuộc và định kiến của xã hội đối với người phụ nữ.

第 16 題

哪些主要因素影響到胡春香的詩歌？

（ A ）國家經過較大的政治動盪。

（ B ）封建時代下越南女性卑微的身分。

（ C ）當時越南社會的女權運動。

（ D ）時代的動盪以及社會對於女性的定見。

解析

正確答案（ D ）

Bất ổn thời cuộc và định kiến của xã hội đối với người phụ nữ.

從短文的第一段中我們可以得知，「詩人胡春香成長於國家政治及社會處於動盪的時代，在那個時代，仍存有「重男輕女」的風氣」。這正是影響胡春香詩歌題材的主要因素。

（ A ）答案不完整。除了政治的動盪之外，社會亦有動盪，且「重男輕女」的社會風氣也是影響胡春香創作的原因之一。

（ B ）這是胡春香的詩歌反映的內容，並不是影響她創作的主要因素。

（ C ）當時越南社會的女權運動並沒有影響到胡春香的作品，較貼切的來說，胡春香的作品正是當時越南社會女權運動的展現。

Câu 17

Phong cách sáng tác thơ của Hồ Xuân Hương là gì?

(A) Ngôn ngữ châm biếm, ngạo mạn, ý thơ tục tĩu.

(B) Ngôn ngữ trào phúng, ghép vần linh hoạt, ý thơ dí dỏm.

(C) Ngôn ngữ trào phúng, cách viết độc đáo, ý thơ tràn đầy tình cảm.

(D) Ngôn ngữ châm biếm, ngòi bút phóng khoáng, ý thơ nửa tục nửa thanh.

第 17 題

胡春香的詩創作風格是什麼？

（A）用詞諷刺、傲慢、詩意庸俗。

（B）用詞嘲諷、押韻靈活、詩意幽默。

（C）用詞嘲諷、創作手法獨特、詩意充滿感情。

（D）用詞諷刺、創作手法豪放、詩意又雅又俗。

正確答案（C）

Ngôn ngữ trào phúng, cách viết độc đáo, ý thơ tràn đầy tình cảm.

短文中提到胡春香的創作風格有許多特徵，包括：獨特的創作手法、多層次意涵、又雅又俗、帶有嘲諷又有濃厚的感情等。因此，最符合的選項答案為（C）Ngôn ngữ trào phúng, cách viết độc đáo, ý thơ tràn đầy tình cảm ／用詞嘲諷、創作手法獨特、詩意充滿感情。

（A）短文中沒有提到胡春香的詩歌有傲慢的風格。

（B）短文中沒有提到胡春香的詩歌有押韻靈活及詩意幽默的風格。

（D）短文中沒有提到胡春香的詩歌有創作手法豪放的風格。

Câu 18

Theo đoạn văn trên, tại sao Hồ Xuân Hương được gọi là "Bà Chúa thơ Nôm"?

(A) Vì bà sáng tạo ra chữ Nôm.

(B) Vì tác phẩm của bà ca ngợi chữ Nôm.

(C) Vì bà vận dụng chữ Nôm một cách tinh tế.

(D) Vì tác phẩm của bà dùng chữ Nôm nhiều hơn chữ Hán.

第 18 題

根據短文，胡春香為什麼能被稱為「喃字詩女王」？

（ A ）因為她創造出喃字。

（ B ）因為她的作品歌頌喃字。

（ C ）因為她很細膩地運用喃字。

（ D ）因為她的作品使用喃字多於漢字。

解
析

正確答案（C）

Vì bà vận dụng chữ Nôm một cách tinh tế.

從短文中我們可以得知，胡春香非常熟練、細膩地使用喃字來創作詩歌。

（A）胡春香並非創造出喃字之人。

（B）胡春香的作品沒有歌頌喃字。

（D）短文中沒有提到胡春香使用漢字創作，因此無法針對她使用喃字和漢字的比例來做比較。

Đoạn văn 2

Thực phẩm biến đổi gen là những thực phẩm được tạo ra bằng cách sử dụng phương pháp kỹ thuật di truyền để thay đổi ADN (nguồn gốc từ tiếng Pháp *Acide Désoxyribonucléique*) của sinh vật. Đây là quá trình biến đổi mã di truyền của động thực vật nhằm giúp chúng chống lại sâu bọ, tăng cường năng suất trong nuôi trồng. Vì vậy, phương pháp biến đổi gen thường mang lại năng suất cao trong sản xuất nông nghiệp. Sản phẩm được biến đổi gen thường trông đẹp mắt và to hơn những sản phẩm tự nhiên. Tuy nhiên, tác hại của thực phẩm biến đổi gen đối với cơ thể con người vẫn đang là một vấn đề gây nhiều tranh cãi. Nhiều công ty sản xuất nông sản đã cố gắng chứng minh sản phẩm biến đổi gen của họ an toàn và vô hại. Tuy nhiên, trên thực tế, đã có nhiều bằng chứng khoa học cho thấy, việc sử dụng thực phẩm biến đổi gen sẽ khiến cho cấu trúc gen của con người trở nên bất thường. Hậu quả là tuổi thọ của con người sẽ bị rút ngắn, đồng thời sẽ mắc những căn bệnh lạ nếu dùng thực phẩm biến đổi gen trong một thời gian dài. Chính vì nguyên nhân này mà thực phẩm biến đổi gen bị cấm hoặc hạn chế bán tại nhiều nước châu Âu.

短文內容 ● 中文版

短文 2

　　基因改造食品是以遺傳技術方法改變生物的 ADN（語源來自法文 Acide Désoxyribonucléique）製作而成的食品。這是為了幫助動植物抵抗昆蟲、提高種植生產率的改造動植物遺傳碼的過程。因此，基因改造方法常帶來農業生產業裡的高產量。基因被改造的產品通常比天然產品看起來更好看、更大。然而，基因改造食品對於人體的危害仍然正是一個引起爭議的問題。許多農產品生產公司已努力證明他們的基因改造產品安全且無害。不過，實際上，已經有很多科學證據顯示，使用基因改造食品將使得人類基因構造變得不正常。如果長期使用基因改造食品，後果是人類壽命會被縮短，同時將罹患一些奇怪的疾病。正因為這個原因，在歐洲許多國家，基因改造食品是被禁賣或限制銷售的。

題目 越文版・中譯版 含解析

Câu 19

Tại sao thực phẩm biến đổi gen không phải là thực phẩm tự nhiên?

(A) Vì được trồng trong môi trường đặc biệt.

(B) Vì mã di truyền của sinh vật đã được biến đổi.

(C) Vì là sản phẩm được trồng trong phòng thí nghiệm.

(D) Vì sử dụng phương pháp kỹ thuật để duy trì mã di truyền của sinh vật.

第 19 題

為什麼基因改造食品不是天然食品？

(A) 因為在特別的環境種植。

(B) 因為生物的遺傳碼已被改造。

(C) 因為是在實驗室種植的產品。

(D) 因為使用技術方法來維持生物的遺傳碼。

解析

正確答案（B）

Vì mã di truyền của sinh vật đã được biến đổi.

根據短文，所謂基因改造食品是將農作物的遺傳碼進行改造，因此，就不屬於天然食品。（A）、（C）都不正確，因為短文中並未提到農作物的種植環境。（D）技術並非用來維持生物的遺傳碼，而是改造生物的遺傳碼。

Câu 20

Phương pháp biến đổi gen có ưu điểm gì?

(A) Mang lại năng suất cao.

(B) An toàn với cơ thể người.

(C) Kéo dài tuổi thọ cho con người.

(D) Giúp con người phòng chống bệnh tật.

第 20 題

基因改造方法有什麼優點？

（A）帶來高產量。

（B）對人體安全。

（C）延長人類壽命。

（D）幫助人類抵抗疾病。

解析

正確答案（A）

Mang lại năng suất cao.

根據短文，基因改造技術是透過改變生物的遺傳基因，使其能夠抵抗蟲害，進而達到提高產量的效果。（B）、（C）、（D）都不是正確的答案，短文最後提到，已有許多科學實驗證實，人類若長期使用基因改造食品，將會危害健康。

Câu 21

Tác hại của thực phẩm biến đổi gen là gì?

(A) Làm thay đổi môi trường sinh trưởng của sinh vật.

(B) Làm thay đổi gen của người, tạo ra những bệnh lạ.

(C) Làm giảm sản lượng tiêu thụ của sản phẩm tự nhiên.

(D) Làm biến đổi gen của sinh vật, dẫn đến năng suất thấp.

第 21 題

基因改造食品的危害是什麼？

(A) 改變生物的生長環境。

(B) 改變人類基因，造成怪病。

(C) 減少天然產品的銷售量。

(D) 改造生物基因，使得產量變低。

 解析

正確答案（B）

Làm thay đổi gen của người, tạo ra những bệnh lạ.

短文的最後提到，基因改造食品將對人類身體造成危害。

（A）短文中並未提到基因改造食品會改變生物的生長環境。

（C）基因改造可以提高作物的產量，但短文中並未提到會導致天然產品的銷售量減少。

（D）改造生物的基因將使產量提高而不是變低。

短文內容 越文版

Đoạn văn 3

Thể thơ lục bát là một trong những thể loại thơ đặc sắc nhất của nền văn học Việt Nam. Thể thơ này được sử dụng rộng rãi trong các câu ca dao và các tác phẩm văn học. Thể thơ lục bát bao gồm câu lục và câu bát. Câu lục gồm sáu chữ, còn câu bát gồm tám chữ. Ví dụ như câu ca dao sau:

> *Công cha như núi Thái Sơn*
> *Nghĩa mẹ như nước trong nguồn chảy ra.*
> *Một lòng thờ mẹ kính cha*
> *Cho tròn chữ hiếu mới là đạo con.*

Số lượng câu trong thể thơ này thường là số chẵn, cũng có trường hợp là số lẻ. Thể thơ lục bát có kết cấu chặt chẽ, thể hiện rõ ràng trong bốn mặt: phối thanh, gieo vần, tiểu đối và ngắt nhịp. Về mặt phối thanh, các tiếng một, ba, năm có thể tự do về thanh, nhưng các tiếng hai, bốn và sáu thì phải tuân theo luật. Luật phối thanh ở các tiếng chẵn trong câu lục lần lượt là bằng, trắc, bằng; trong câu bát sẽ là bằng, trắc, bằng, bằng. Trong tiếng Việt, thanh bằng bao gồm hai thanh là thanh ngang và thanh huyền, các thanh còn lại đều thuộc thanh trắc. Một điều cần lưu ý nữa là, trong câu bát, tiếng thứ sáu và tiếng thứ tám phải khác thanh, ví dụ trong câu thứ hai của bài ca dao trên, tiếng thứ sáu là từ "nguồn" (thanh huyền) thì tiếng thứ tám là từ "ra" (thanh ngang). Về mặt gieo vần, thể thơ lục bát có thể gieo rất nhiều vần khác nhau. Cách gieo vần trong thể thơ lục bát như sau, chữ cuối của câu lục sẽ gieo với chữ thứ sáu của câu bát, chữ cuối của câu bát sẽ gieo với chữ cuối của câu lục tiếp theo. Về mặt tiểu đối, bao gồm đối thanh và đối ý. Đối thanh chủ yếu xảy ra ở tiếng thứ sáu và tiếng thứ tám của câu bát, hai tiếng này phải khác thanh nhau, như đã phân tích phía trên. Đối ý thường là ý của cả câu lục sẽ đối với ý của cả câu bát. Xét ví dụ trên, nếu câu lục đầu tiên nói về công lao của người cha, thì câu bát tiếp theo nói về ơn nghĩa của người mẹ. Về mặt ngắt nhịp, thể thơ lục bát thường ngắt nhịp chẵn 2/2/2 ở câu lục và 4/4 ở câu bát. Thế nhưng cũng có một số trường hợp để biểu thị những ý nghĩa riêng, cách ngắt nhịp sẽ thay đổi thành 3/3 hoặc 1/5 ở câu lục và 3/5 ở câu bát.

短文內容   中文版

短文 3

六八言詩是越南文學中最為獨特的一種詩體。六八言詩被廣泛應用在歌謠及文學作品裡。六八言詩體包括：一句六言和一句八言。六言句有六個字，而八言句有八個字。例如以下的歌謠：

> 「父親功如泰山
>
> 母親情義清似水源
>
> 一心奉母敬父
>
> 孝字圓滿為子之道」

六八言詩的詩句數量通常為偶數，也有奇數的情況。六八詩體的結構極為嚴謹，清楚地表現於四個方面：配聲、押韻、小對以及韻律。配聲方面，第一、第三、第五個字的聲調自由，可是第二、第四、第六個字要遵循規定。六言句中偶數字的配聲規律為平仄平；八言句則是平仄平平。越南文當中，平聲包括陰平聲和玄聲等兩聲，其他聲調都屬於仄聲。還有一點要注意的是，在八言句中，第六個字與第八個字必須是不同的聲調，例如上述歌謠裡面的第二句，第六個字是「nguồn」（玄聲）、第八個字是「ra」（陰平聲）。押韻方面，六八言詩體可以押許多不同的韻。六八言詩體押韻法如下：六言句的最後一個字要押八言句的第六個字之韻，八言句的最後一個字要押相接的六言句的最後一個字之韻。小對方面，包括對聲與對意。對聲主要出現於八言句的第六個字與第八個字，兩個字的聲調要不同聲調，如上述已分析。對意通常是六言句的意義會對應整個八言句。看上述的例子，若第一句的六言句講到父親的功勞，則相接的八言句繼續講到母親的恩義。韻律方面，六八言詩體通常分為六言句的偶數 2/2/2 節奏、

八言句為 4/4。不過，也有一些情況，為了表達個別的意義，韻律分法
會改為六言句的 3/3 或 1/5、八言句的 3/5。

題目 **越文版・中譯版** 含解析

Câu 22

Câu nào dưới đây đúng với cách phối thanh trong thể thơ lục bát?

(A) Tiếng thứ nhất và thứ hai của câu lục nhất định phải là thanh bằng.

(B) Tiếng thứ nhất và thứ hai của câu bát nhất định phải là thanh bằng.

(C) Tiếng thứ hai và thứ ba của câu lục không nhất định phải là thanh bằng.

(D) Tiếng thứ nhất và thứ ba của câu lục không nhất định phải là thanh bằng.

第 22 題

下列配聲法何者符合六八言詩體的規定？

（ A ）六言句的第一個字和第二個字的聲調必定為平聲。

（ B ）八言句的第一個字和第二個字的聲調必定為平聲。

（ C ）六言句的第二個字和第三個字的聲調不一定為平聲。

（ D ）六言句的第一個字和第三個字的聲調不一定為平聲。

解析

正確答案（ D ）

Tiếng thứ nhất và thứ ba của câu lục không nhất định phải là thanh bằng.

根據短文，六八言詩體在配聲方面，第一、第三、第五個字的聲調自由，所以選項（ A ）和（ B ）都不正確。而第二、第四、第六個字要遵循規定，六言句第二個字的聲調一定為平聲，所以選項（ C ）也不正確。

Câu 23

Câu nào dưới đây đúng với cách gieo vần trong thể thơ lục bát?

(A) Cả bài chỉ gieo duy nhất một vần ở cuối câu.

(B) Chữ cuối cùng của câu lục gieo với chữ thứ tư của câu bát.

(C) Chữ cuối cùng của câu lục gieo với chữ thứ sáu của câu bát.

(D) Chữ cuối cùng của câu lục gieo với chữ cuối cùng của câu bát.

第 23 題

下列押韻法何者符合六八言詩體的規定？

(A) 整首僅押唯一一韻於句尾。

(B) 六言句的最後一個字要押八言句的第四個字之韻。

(C) 六言句的最後一個字要押八言句的第六個字之韻。

(D) 六言句的最後一個字要押八言句的最後一個字之韻。

解析

正確答案（ C ）

Chữ cuối cùng của câu lục gieo với chữ thứ sáu của câu bát.

（A）六八言句有不同的押韻法，其中一種是六言句的最後一字要押八言句的第六字之韻，八言句的最後一字要押相接的六言句最後一字之韻。並非只有最後一個字才有押韻。

（B）、（D）應為八言句的第六字之韻。

Câu 24

Thanh nào dưới đây thuộc thanh bằng?

(A) Thanh sắc.　　　　　　(B) Thanh hỏi.

(C) Thanh nặng.　　　　　　(D) Thanh ngang.

第 24 題

下列何者屬於平聲聲調？

（A）銳聲。　　　　　　（B）問聲。

（C）重聲。　　　　　　（D）陰平聲。

正確答案（D）

Thanh ngang.

根據短文，「Trong tiếng Việt, thanh bằng bao gồm hai thanh là thanh ngang và thanh huyền, các thanh còn lại đều thuộc thanh trắc／越南文當中，平聲包括陰平聲和玄聲等兩聲，其他聲調都屬於仄聲」。所以選項（A）Thanh sắc、（B）Thanh hỏi、（C）Thanh nặng 都是屬於仄聲。

Đoạn văn 4

    Tấm Cám chuyện chưa kể là một bộ phim cổ trang giả tưởng dựa trên câu chuyện cổ tích *Tấm Cám*, một câu chuyện cổ tích được lưu truyền rộng rãi trong dân gian. Nội dung phim ngoài việc dựa trên cốt truyện *Tấm Cám*, còn thêm vào các yếu tố lịch sử góp phần hoàn thiện bối cảnh cho bộ phim. Bộ phim này do Ngô Thanh Vân đảm nhiệm vai trò đạo diễn, nhà sản xuất kiêm biên kịch và được công chiếu vào ngày 19 tháng 8 năm 2016. *Tấm Cám chuyện chưa kể* đã tạo nên một kỷ lục khi đạt doanh thu hơn 66 tỷ đồng sau một tháng công chiếu, góp phần đưa nền điện ảnh Việt Nam lên một tầm cao mới. Các diễn viên tham gia trong phim là những người mẫu, ca sĩ, diễn viên đang được nhiều người yêu mến, như Hạ Vi, Ninh Dương Lan Ngọc, Ngô Thanh Vân, *Issac* v.v... cũng như các nghệ sĩ nhân dân và nghệ sĩ ưu tú có nhiều kinh nghiệm trong diễn xuất như Ngọc Giàu, Thành Lộc, Hữu Châu. Bộ phim được đầu tư kỹ càng cả về bối cảnh lẫn trang phục. Bối cảnh trong phim chủ yếu được lấy từ phong cảnh non nước của Ninh Bình, cùng với những hiệu ứng kỹ xảo, góp phần tạo nên những thước phim đẹp như mơ, làm say đắm lòng người. Trang phục trong phim cũng được đặc biệt chú trọng để tạo nên một vẻ đẹp thuần Việt và không bị lai căng như một số phim cổ trang khác. Bài hát Bống bống bang bang của nhạc sĩ *Only C* được sáng tác làm ca khúc chủ đề của phim. Lời bài hát dựa trên câu chuyện cổ tích cùng tên, với ca từ giản đơn, mộc mạc và dễ nhớ, nên nó đã nhanh chóng chiếm được cảm tình của mọi người. Bài hát này thành công còn dựa vào điệu nhảy dễ thương với sự trình diễn của nhóm 365. Nó đã thu hút hơn 232 triệu lượt người xem trên *Youtube* và rất nhiều bản *cover* khác nhau.

短文內容 中文版

短文 4

　　《Tấm Cám 外傳》是一部根據民間廣泛流傳的民間故事--《Tấm Cám》所製作的虛構古裝電影。電影的內容除了根據《Tấm Cám》的故事為架構外，還添加了一些歷史元素使得電影背景更完善。這部電影由吳清雲（Ngô Thanh Vân）導演製作兼編劇等角色，並於 2016 年 8 月 19 日首次上映。《Tấm Cám 外傳》已創造出一個記錄，上映一個月後的營收已達 660 億越盾以上，將越南電影業推上新的境界。這部電影的演員們是正受到許多人喜愛的模特兒、歌星、演員，如：Hạ Vi、Ninh Dương Lan Ngọc、Ngô Thanh Vân、Issac 等，也有許多具有演出經驗的人民藝人及優秀藝人如：Ngọc Giàu、Thành Lộc、Hữu Châu。這部電影相當講究場景與服裝。電影的場景主要取景於寧平的山水風景，再加入聲光效果，製作出夢幻般的影像，使人沉迷其中。電影中的服飾也被特別重視，以展現出正統越南服飾之美，且沒有不倫不類如其他古裝電影。電影的主題曲為音樂家 Only C 寫的《Bống bống bang bang》歌曲。歌詞取材於同名的民間故事《Tấm Cám》，以簡單、純樸又好記的歌詞，讓這首歌快速得到大家的喜愛。這首歌的成功也歸功於 365 樂團表演中的可愛舞蹈。在 Youtube 上它已吸引了超過 2 億 320 萬人次觀看且有許多不同的翻唱版本。

題目 越文版 · 中譯版 含解析

Câu 25

Câu nào dưới đây đúng với nội dung của bộ phim *Tấm Cám chuyện chưa kể* ?

(A) Là một bộ phim truyền tải nội dung lịch sử Việt Nam thời phong kiến.

(B) Là một bộ phim hoàn toàn bám sát nội dung câu chuyện cổ tích *Tấm Cám*.

(C) Là một bộ phim với cốt truyện hoàn toàn mới do Ngô Thanh Vân sáng tác.

(D) Là một bộ phim có nội dung được cải biên dựa trên câu chuyện cổ tích *Tấm Cám*.

第 25 題

下列何者符合《Tấm Cám 外傳》電影的內容？

(A) 是一部呈現封建時代越南歷史內容的電影。

(B) 是一部完全再現《Tấm Cám》民間故事內容的電影。

(C) 是一部由吳清雲全新創作故事架構的電影。

(D) 是一部依據《Tấm Cám》民間故事改編內容的電影。

正確答案 (D)

Là một bộ phim có nội dung được cải biên dựa trên câu chuyện cổ tích *Tấm Cám*.

根據短文，這部電影是依據《Tấm Cám》這個越南民間故事改編而成。

（A）並非正史，而是越南民間故事。

（B）並非完全將《Tấm Cám》的故事情節演出，而是以此為基礎進行改編。

（C）故事架構為《Tấm Cám》民間故事，並非吳清雲全新的創作。

Câu 26

Câu nào dưới đây đúng so với nội dung đoạn văn trên?

(A) Bối cảnh trong phim đều là thiết kế đồ họa.

(B) Toàn bộ diễn viên trong phim đều là nghệ sĩ ưu tú.

(C) Trang phục được thiết kế mang đậm phong cách Việt Nam.

(D) Bộ phim sau khi công chiếu một tuần đã đạt tổng doanh thu 66 tỷ đồng

第 26 題

根據短文，下列何者正確？

（A）電影的場景都是電腦平面設計。

（B）電影中所有演員都是優秀藝人。

（C）服裝設計帶有濃厚越南的風格。

（D）電影上映一週後已達到 660 億越盾的總票房。

解析

正確答案（C）

Trang phục được thiết kế mang đậm phong cách Việt Nam.

根據短文，電影當中的服裝也特別用心設計，展現出正統越南服飾之美。因此選項（C）為正確答案。

（A）電影的場景主要取景於寧平的山水風景，再結合聲光效果，而不僅是電腦平面設計。

（B）該電影的演員除了優秀藝人外，還有模特兒及歌手。

（D）應為電影上映後一個月達到 660 億越盾票房，而非一週。

Câu 27

Tại sao bài hát *Bống bống bang bang* được mọi người yêu mến?

(A) Bài hát được 232 người biểu diễn.

(B) Bài hát với ca từ bình dị, dễ thuộc.

(C) Bài hát được sáng bởi nhạc sĩ *Only C*.

(D) Bài hát với ca từ mỹ miều, lay động lòng người.

第 27 題

為什麼歌曲《Bống bống bang bang》能受到大家喜愛？

(A) 歌曲由 232 個人表演。

(B) 歌曲有簡單、好記的歌詞。

(C) 歌曲由音樂家 Only C 創作。

(D) 歌曲有美妙、動人的歌詞。

解析

正確答案（B）

Bài hát với ca từ bình dị, dễ thuộc.

《Bống bống bang bang》之所以能夠受到廣大歡迎，是因為（B）歌詞簡單好記。

（A）該歌曲是由 365 樂團進行表演，但文中並未提到表演人數。

（C）歌曲確實是由 Only C 創作，但文中並未提到這是歌曲受到歡迎的原因。

（D）歌曲是有簡單、好記的歌詞，並非美妙、動人的歌詞。

Đoạn văn 5

Ngày nay, bệnh béo phì đang là mối lo ngại của rất nhiều người. Bệnh béo phì là nguyên nhân dẫn đến nhiều căn bệnh khác như máu nhiễm mỡ, gan nhiễm mỡ, tim mạch, tiểu đường v.v… Để ngăn ngừa bệnh béo phì, con người có xu hướng thực hiện việc giảm cân. Trong quá trình giảm cân, người ta chú trọng đến việc giảm lượng đường trong cơ thể. Hằng ngày, cơ thể con người hấp thụ đường thông qua các loại thức ăn chứa nhiều tinh bột như gạo, bánh mỳ, bánh ngọt, khoai v.v… Đường huyết ở người bình thường khi đói dao động trong khoảng từ 4,0-5,9 mmol/l (72-108 mg/dl) và dưới 7,8 mmol/l sau khi ăn hai giờ. Đường huyết cao hơn chỉ số này sẽ dễ dẫn đến bệnh tiểu đường. Để điều tiết lượng đường trong máu, cơ thể người cần được tăng cường chất xơ từ rau xanh và hoa quả. Bên cạnh đó, cơ thể phải thường xuyên vận động và bổ sung nước đầy đủ. Tuy nhiên, nếu hạn chế quá mức sẽ dẫn đến việc thiếu hụt đường, gây nguy cơ cho bệnh hạ huyết áp và suy giảm quá trình trao đổi chất của cơ thể. Khi quá trình trao đổi chất bị giảm, cơ thể con người sẽ trở nên mỏi mệt và thiếu sức sống. Vì vậy, cần ăn uống và vận động hợp lý để duy trì lượng đường vừa đủ cho cơ thể.

短文內容　🔵 中文版

短文 5

　　現今，肥胖症已經成為許多人的擔憂。肥胖症是導致許多不同疾病如血脂肪、脂肪肝、心臟病、糖尿病⋯等的原因。為了預防肥胖症，人類有進行減重的趨勢。減重的過程中，人們注重到減少體內的糖量。每天，人體透過米、麵包、甜點、薯類等澱粉含量高的各種食物來攝取糖分。一般人飢餓時，血糖值浮動於 4.0-5.9 mmol/l （72-108 mg/dl）內，進食後 2 個小時則低於 7.8 mmol/l。若血糖值高於此指數會容易導致糖尿病。為了調節血糖值，人體需要補充蔬菜及水果的纖維。此外，身體必須常常運動及補充足夠水分。不過，若過度限制，將導致缺乏糖分，產生低血壓疾病的危機以及讓身體代謝緩慢。當代謝過程緩慢，人體將變成疲憊以及缺乏活力。因此，必須適當飲食和運動，以維持適合身體的糖分。

題目 越文版・中譯版 含解析

Câu 28

Đường huyết bao nhiêu là bình thường đối với cơ thể người?

(A) Dưới 7,8 mmol/l sau khi ăn 2 giờ.

(B) Dưới 4,0 mmol/l khi cơ thể nhịn đói.

(C) Cao hơn 7,8 mmol/l trước khi ăn 2 giờ.

(D) Từ 4,0-5,9 mmol/l khi ăn uống đầy đủ.

第 28 題

對人體來說，血糖值多少是正常的？

(A) 進食後 2 個小時，低於 7.8 mmol/l。

(B) 身體飢餓時，低於 4.0 mmol/l。

(C) 進食前 2 個小時，高於 7.8 mmol/l。

(D) 吃飽喝足時，4.0-5.9 mmol/l。

解析

正確答案 (A)

Dưới 7,8 mmol/l sau khi ăn 2 giờ.

根據短文，人體正常的血糖值在進食後 2 個小時應低於 7.8 mmol/l，飢餓時介於 4.0-5.9 mmol/l。因此答案為（A）。

（B）身體飢餓時應為 4.0-5.9 mmol/l。

（C）短文中並未提到進食前 2 個小時的血糖狀態。

（D）短文中並未提到正常飲食時的血糖狀態。

Câu 29

Làm thế nào để duy trì đường huyết bình thường?

(A) Giảm ăn các thực phẩm từ thịt đỏ.

(B) Giảm ăn các loại rau xanh và hoa quả tươi.

(C) Dùng khoai thay thế cho cơm trong bữa ăn.

(D) Uống đủ nước, vận động và bổ sung chất xơ.

第 29 題

怎麼做才可以維持正常的血糖值？

(A) 減少食用紅肉製的食品。

(B) 減少食用新鮮蔬菜和水果。

(C) 用餐時，以薯類代替白飯。

(D) 喝足夠的水、運動及補充纖維。

解析
正確答案（D）

Uống đủ nước, vận động và bổ sung chất xơ.

短文中提到，為了維持正常的血糖值，人們可以透過補充足夠的水分、運動及補充纖維，因此答案為（D）。

（A）短文中並未提到減少食用紅肉。

（B）要增加食用新鮮蔬菜和水果。

（C）短文中僅說明薯類具有糖分，並未建議每餐皆以薯類替代米飯。

Câu 30
Cơ thể người thiếu đường sẽ dẫn đến tình trạng gì?

(A) Cơ thể sẽ bị suy dinh dưỡng.

(B) Suy giảm quá trình trao đổi chất.

(C) Tăng nguy cơ bị các bệnh về gan.

(D) Dễ mắc phải các bệnh về tim mạch.

第 30 題
人體缺乏糖分將導致什麼情況？

（A）身體將缺乏營養。

（B）代謝過程緩慢。

（C）增加罹患各種肝臟疾病的危機。

（D）容易罹患各種心臟疾病。

解析

正確答案（B）

Suy giảm quá trình trao đổi chất.

在短文的最後一段提到，若人體缺乏糖分將造成低血壓及代謝變得緩慢，讓人產生疲憊感。因此答案為（B）。

（A）並非讓身體缺乏營養。

（C）、（D）是肥胖會造成的疾病，在短文最初有提到，而非缺乏糖分會導致的情況。

短文內容 🔍 越文版

Đoạn văn 6

Thần đồng Đất Việt là một bộ truyện tranh Việt Nam được công chúng đón nhận và yêu thích, đặc biệt là các bạn thiếu niên, nhi đồng. Các nhân vật chính trong truyện là những đứa trẻ, được đặt tên theo mười hai con giáp của Việt Nam như: Trạng Tí, Sửu Ẹo, Dần Béo và Cả Mẹo. Cốt truyện dựa vào các điển tích lịch sử của Việt Nam, cũng chính vì thế, bộ truyện này có giá trị giáo dục khá cao. Tập truyện đầu tiên với tên gọi là *Pháp sư gọi bưởi* có nội dung khá đơn giản. Mọi người cùng nhau chơi đùa, không may làm rơi quả bưởi xuống hố. Khi ấy, Trạng Tí rất thông minh đã nghĩ ra cách dùng nước đổ vào hố để lấy bưởi lên. Một tập truyện khác mang tên *Thầy đồ mắc nạn* kể về bố của Sửu, vốn là một thầy đồ của làng, không may va chạm với quan huyện đang cải trang thành thường dân để thị sát dân tình. Bố Sửu không những không xin lỗi mà còn lớn tiếng chửi bới quan huyện, vì thế mà bị áp giải đi. Dân làng cầu xin quan huyện tha cho thầy đồ. Quan huyện phán: "Ta cho một đề toán, trong thời hạn cháy hết một cây nhang, ngươi phải giải xong. Nếu không sẽ bị cắt lưỡi". Có 17 quả lê, làm sao để chia cho quan huyện 1/2 số lê, thầy đồ 1/3 số lê và Sửu 1/9 số lê. Thầy đồ không giải được câu đố ấy. Nhưng rất may, Trạng Tí đã nghĩ ra cách mượn quan thêm một quả lê, như vậy có tổng cộng 18 quả lê. Sau đó, Tí chia số lê ấy theo đúng yêu cầu của quan như sau: quan được 9 quả, thầy đồ được 6 quả và Sửu được 2 quả. Sau khi chia xong, vẫn còn dư một quả, cũng là quả mà Trạng Tí đã mượn thêm ban đầu. Nhờ Trạng Tí giải được câu đố, nên thầy đồ được thoát nạn. Bộ truyện được xuất bản từ năm 2002, khoảng 130 tập truyện đầu tiên được xuất bản bởi Nhà xuất bản Trẻ, những tập tiếp theo được xuất bản bởi Nhà xuất bản Văn hóa Sài Gòn, Nhà xuất bản Thời Đại v.v... Cho đến nay, bộ truyện vẫn luôn được độc giả mọi lứa tuổi yêu thích.

短文內容 中文版

短文 6

　　《大越神童》（Thần đồng Đất Việt）是一套廣受民眾接受並喜愛的越南漫畫，特別是少年及兒童們。漫畫裡的主要人物都是小朋友，依照越南的十二生肖來取名，如：狀元鼠（Trạng Tí）、撒嬌牛（Sửu Ẹo）、大胖虎（Dần Béo）及貓老大（Cả Mẹo）。漫畫的架構依據許多越南歷史的典故，正因如此，這套漫畫有相當高的教育價值。第一集的名字為《呼叫柚子的法師》（Pháp sư gọi bưởi），內容相當簡單。大家一起玩耍時，不慎將柚子掉進坑裡。那時，狀元鼠很聰明想出將水倒入坑裡以撈起柚子的辦法。另外一集的名字為《落難的老師》（Thầy đồ mắc nạn），講到撒嬌牛的父親，原本是村裡的私塾老師，不幸與正扮裝為平民視察民情的知縣擦撞。撒嬌牛的父親不但沒有道歉，還大聲咒罵知縣，所以被抓走了。村民懇求知縣放過老師。知縣道：「本官將給你一個數學題，在一柱香燒完的期限內，你要解出答案。否則你的舌頭會被剪掉。」有 17 顆梨子，怎麼做才可以分給知縣二分之一、老師三分之一和撒嬌牛九分之一的梨子。老師無法解那個題目。不過，幸好狀元鼠已經想出跟知縣多借 1 顆梨子的辦法，因此總共有 18 顆梨子。然後，他完全按照知縣的要求，分那些梨子：知縣拿到 9 顆，老師拿到 6 顆，撒嬌牛拿到 2 顆。分完之後，仍剩下 1 顆，也就是狀元鼠當初借來的那顆。多虧狀元鼠能解出題目，因此老師得以脫難。這套漫畫出版於 2002 年，大約前 130 集由年輕出版社（Nhà xuất bản Trẻ）出版，後續各集由西貢文化出版社（Nhà xuất bản Văn hóa Sài Gòn）、時代出版社（Nhà xuất bản Thời Đại）......等出版。至今，這套漫畫仍然得到所有年齡層讀者的喜愛。

Câu 31

Câu nào dưới đây đúng so với nội dung đoạn văn trên?

(A) Toàn bộ bộ truyện do Nhà xuất bản Trẻ xuất bản.

(B) Nội dung của bộ truyện chủ yếu dựa trên các điển tích.

(C) Bộ truyện là một tác phẩm hợp tác của Việt Nam và Đài Loan.

(D) Các nhân vật chính đều được đặt tên theo mười hai con giáp của Trung Quốc.

第 31 題

根據短文，下列何者正確？

（A）全套漫畫由年輕出版社出版。

（B）漫畫的內容主要依據各個典故。

（C）漫畫是一個越南與台灣合作的作品。

（D）主要人物都依照中國的十二生肖來取名。

解析

正確答案（B）

Nội dung của bộ truyện chủ yếu dựa trên các điển tích.

在短文中提到，《大越神童》這部漫畫的故事內容是以越南歷史典故做為基礎，因此答案為（B）。

（A）漫畫前期由年輕出版社（Nhà xuất bản Trẻ）出版，而後分別由西貢文化出版社（Nhà xuất bản Văn hóa Sài Gòn）、時代出版社（Nhà xuất bản Thời Đại）出版。並非僅由年輕出版社出版。

（C）並非越南與台灣合作的作品。

（D）主要角色的名字取自於越南的十二生肖，和中國沒有關係。

Câu 32

Bố Sửu làm nghề gì?

(A) Dạy học.   (B) Bói toán.

(C) Buôn bán.   (D) Làm quan.

第 32 題

撒嬌牛的父親做什麼工作？

(A) 教學。   (B) 算命。

(C) 買賣。   (D) 當官。

正確答案 (A)

Dạy học.

根據短文，我們可以得知撒嬌牛的父親是一位私塾的老師。因此最為適合的答案是（A）。

Câu 33

Trong tập truyện _Thầy đồ mắc nạn_, Tí xử lý câu đố như thế nào?

(A) Đổ nước vào hố.　　　　(B) Cầu xin quan huyện.

(C) Mượn thêm một quả lê.　(D) Bổ quả lê thành hai phần.

第 33 題

在《落難的老師》一集，狀元鼠如何解題？

（A）倒水入坑。　　　　（B）懇求知縣。

（C）多借一顆梨子。　　（D）將梨子切成兩份。

> 解析　正確答案（C）
>
> Mượn thêm một quả lê.
>
> 根據短文，我們可以得知狀元鼠為了解決難題，向知縣多借了一顆梨子才解決問題。

短文內容   越文版

Đoạn văn 7

Ung thư là tên dùng chung để mô tả một nhóm các bệnh phản ánh sự đột biến của tế bào. Thông thường, các tế bào sẽ tuân theo một quy trình: phát triển, phân chia thành tế bào mới rồi chết đi, nhưng tế bào ung thư thì khác. Chúng là những tế bào bất tử. Thay vì chết đi, tế bào ung thư sẽ tiếp tục sinh sôi nảy nở, xâm lấn các mô ở gần (xâm lấn cục bộ) hay ở xa (di căn) qua hệ thống bạch huyết hay mạch máu. Di căn là nguyên nhân chính khiến bệnh nhân ung thư tử vong. Vì tế bào ung thư khi di căn, tạo thành các khối u mới, xâm lấn các tế bào bình thường. Điều này đã làm tê liệt và ngăn cản các cơ quan trong cơ thể vận hành, dẫn đến việc cơ thể suy kiệt, đau đớn và bất lực trước các bệnh tật khác, cuối cùng dẫn đến hệ quả tất yếu là tử vong. Với sự phát triển của y học ngày nay, chúng ta đã xác định được khá nhiều nguyên nhân có thể gây ra ung thư, được chia thành tác nhân bên trong và bên ngoài. 90% trường hợp ung thư ngày nay đều do tác động từ yếu tố bên ngoài. Đầu tiên phải kể đến thuốc lá, sau đó là chế độ ăn uống không hợp lý, tiếp xúc trực tiếp với các loại bức xạ và cuối cùng là các tác nhân đến từ vi-rút và vi khuẩn. Yếu tố bên trong gây ung thư là yếu tố di truyền, chiếm khoảng 5-10% tỷ lệ các ca mắc ung thư ngày nay.

短文內容　中文版

短文 7

　　癌症是用來描述一系列反映細胞突變疾病的統稱。通常，細胞會遵循一個過程：發展、分裂成新細胞、然後死去，然而癌細胞卻不同。他們是不死的細胞。取而代之的是，癌細胞會繼續繁衍擴散，經由淋巴或血管系統侵入周遭組織（局部侵入）或其他組織（轉移）。轉移是導致癌症患者死亡的主要原因。因為癌細胞轉移時，會產生新的腫瘤，侵入正常的細胞。這將癱瘓、阻止身體各個器官運作，導致身體衰竭、疼痛、無法抵抗其他疾病，最後導致無法避免的結果就是死亡。藉由現今醫學的發展，我們已經能確定相當多可能導致癌症的原因，可分為內在與外在因素。現今癌症病例的 90% 都由外在因素造成。首先要提到香菸，其次為飲食習慣不正常，直接接觸到各種輻射以及最後為來自病毒與細菌的因素。造成癌症的內在因素是遺傳的因素，佔現今癌症病患大約 5%-10% 的比例。

題目 越文版・中譯版 含解析

Câu 34

Theo đoạn văn trên, các tế bào thông thường sẽ phát triển như thế nào?

(A) Sinh sôi nảy nở, xâm lấn các mô gần.

(B) Phân chia thành tế bào mới rồi chết đi.

(C) Phát triển đột biến và sinh ra tế bào mới.

(D) Di căn qua hệ thống bạch huyết rồi chết đi.

第 34 題

根據短文，細胞通常怎麼發展？

（A）繁衍擴散，侵入周遭組織。

（B）分裂成新細胞然後死去。

（C）突變發展以及產生出新細胞。

（D）透過淋巴系統轉移然後死去。

正確答案（B）

Phân chia thành tế bào mới rồi chết đi.

在短文的第一段提到，正常細胞的發展步驟是分裂新細胞而後死亡。

因此答案為（B）。

（A）為癌細胞的發展型態。

（C）突變發展為癌細胞的發展型態。

（D）會進行轉移的是癌細胞，而癌細胞並不會死去。

Câu 35

Đặc tính của những tế bào ung thư là gì?

(A) Những tế bào bất tử.

(B) Những tế bào cộng sinh.

(C) Những tế bào sinh sôi nảy nở rồi chết đi.

(D) Những tế bào phát triển thành tế bào mới rồi chết đi.

第 35 題

癌細胞的特性是什麼？

(A) 不死的細胞。

(B) 共生的細胞。

(C) 繁衍擴散然後死去的細胞。

(D) 發展成新細胞然後死去的細胞。

解析

正確答案（A）

Những tế bào bất tử.

根據短文，癌細胞是不會死的細胞。因此答案為（A）。

（B）短文中沒有提到共生細胞。

（C）癌細胞會繼續繁衍擴散，但不會死去。

（D）發展成新細胞後死去的是正常細胞，而非癌症細胞。

NCKU
IVPT
國立成功大學
KỲ THI NĂNG LỰC TIẾNG VIỆT QUỐC TẾ
Kèm Đề Thi Mẫu và Đáp Án
Level C CẤP ĐỘ

Câu 36

Nguyên nhân gì dẫn đến 5-10% các ca ung thư ngày nay?

(A) Vi-rút và vi khuẩn.

(B) Nhân tố di truyền.

(C) Cơ thể suy kiệt và đau đớn.

(D) Hút thuốc lá và ăn uống không hợp lý.

第 36 題

什麼原因造成 5%-10% 的現今癌症病患？

（A）病毒與細菌。

（B）遺傳的因素。

（C）身體衰竭與疼痛。

（D）抽菸以及飲食不正常。

解析

正確答案（B）

Nhân tố di truyền.

短文的最後提到，造成癌症的原因主要分為兩大類，分別是「外在因素」（如抽菸、食、輻射等）以及「內在因素」（如遺傳）。而外在因素占現今癌症病患的 90%，內在因素占約 5%-10%。因此答案為（B）。

（A）、（D）屬於癌症的外在因素。

（C）身體衰竭與疼痛是癌細胞侵害身體器官造成的症狀。

短文內容 越文版

Đoạn văn 8

Trên thế giới, lương tối thiểu được coi là một công cụ đảm bảo an sinh xã hội, thu hẹp khoảng cách bất bình đẳng trong thu nhập và đảm bảo phân chia thành quả kinh tế công bằng. Thế nhưng ở Việt Nam, lương tối thiểu không chỉ quan trọng với người lao động mà còn tạo ra "sức nặng" vô cùng lớn đối với doanh nghiệp. Điều chỉnh mức lương tối thiểu phải phù hợp với tăng trưởng năng suất lao động. Việc tăng lương tối thiểu cao hơn năng suất lao động dẫn tới nhiều tác động tiêu cực như: làm giảm động lực của nhà đầu tư, lợi nhuận của doanh nghiệp và sức cạnh tranh của nền kinh tế. Theo nhiều báo cáo chuyên môn gần đây, trong khi năng suất lao động của Việt Nam trong mười năm trở lại đây chỉ đạt 4,4%, nhưng tỷ lệ tăng trưởng bình quân của tiền lương đã đạt 5,8%. Tuy nhiên, một thực tế cho thấy rằng, mặc dù mức lương tối thiểu hiện nay của người lao động tại Việt Nam vẫn được điều chỉnh hằng năm, nhưng vẫn quá thấp so với mức chi tiêu trong xã hội. Trung bình một công nhân mới vào nghề phải tăng ca trên 12 tiếng một tuần, thì tiền lương hằng tháng mới đảm bảo cho việc chi trả đủ các khoản chi tiêu. Điều này khiến cho nhiều chuyên gia kinh tế lo ngại rằng, trong những năm tới, kinh tế xã hội Việt Nam phải đối mặt với những vấn đề sau: Một là, lương tối thiểu sẽ không được tăng thêm để có thể cân bằng lại với năng suất lao động; Hai là, để tăng năng suất lao động, các doanh nghiệp lại sẽ phải thay đổi phương thức sản xuất bằng cách sử dụng máy móc thiết bị thay thế cho sức người. Điều này sẽ khiến cho nhiều người lao động phải đối mặt với nguy cơ mất việc. Cả hai khả năng trên đều khiến cho người lao động Việt "chới với" trong việc lo toan cuộc sống, gây ra sự mất cân đối về an sinh xã hội, từ đó tạo sức ép vô cùng lớn cho xã hội Việt Nam.

短文內容 ● 中文版

短文 8

　　世界上，基本工資被視為保障社會安定的一種工具，拉近收入不平等的距離以及保證公平地分配經濟成就。不過，在越南，基本工資不僅只對勞動者重要，還對企業造成巨大的「重擔」。基本工資標準的調整要符合於勞動生產率的增長。若增加的基本工資高於勞動生產率會導致許多消極的影響如：減少投資者的動力、企業的利潤以及經濟上的競爭力。根據最近的許多專業報告，越南這十年來的生產率僅達 4.4%，而基本工資平均增長的比例已達 5.8%。不過，實際證明，雖然每年越南勞動者的基本工資標準都有調整，可是與社會消費標準相比還是太低了。一個剛入行的工人，平均每個禮拜要加班 12 個小時以上，每個月的薪水才有辦法足夠各種消費的支出。此問題引起許多經濟專家的憂慮，近年來，越南經濟社會必須要面對很多問題。其一，不能再增加基本工資，以便能夠與勞動生產率平衡。其二，為了增加勞動生產率，企業又必須以機械設備代替人力改變生產方式。如此一來，將使許多勞動者面對失業的危機。以上兩個情況都將使越南勞動者「掙扎」於生活擔憂中，導致社會安定失去平衡，因此也造成越南社會巨大的壓力。

NCKU
國際越南語認證
IVPT
KỲ THI NĂNG LỰC TIẾNG VIỆT QUỐC TẾ
Kèm Đề Thi Mẫu và Đáp Án
Level C CẤP ĐỘ

題目 越文版 · 中譯版 含解析

Câu 37

Việc tăng mức lương tối thiểu cao hơn năng suất lao động sẽ dẫn đến điều gì?

(A) Tăng sức cạnh tranh của nền kinh tế.

(B) Giảm động lực đầu tư của doanh nghiệp.

(C) Giảm tỉ lệ thất nghiệp của lao động Việt Nam.

(D) Làm giảm sức ép cho nền kinh tế hiện tại của Việt Nam.

第 37 題

增加基本工資高於勞動生產率會造成什麼問題？

（A）增加經濟上的競爭力。

（B）減少企業的投資動力。

（C）減少越南勞動的失業率。

（D）減少現在越南經濟上的壓力。

解析

正確答案（B）

Giảm động lực đầu tư của doanh nghiệp.

根據短文，若基本工資調整高過於生產率，將降低投資者的動力、企業的利潤以及經濟上的競爭力。因此正確答案為（B）。

（A）應為降低經濟上的競爭力。

（C）短文內沒有提到增加基本工資對於越南勞動失業率有何影響。

（D）短文內沒有提到增加基本工資會減少現在越南經濟上的壓力。

Câu 38

Từ "sức nặng" trong đoạn văn trên có nghĩa là gì?

(A) Áp lực.   (B) Cân nặng.

(C) Động lực.   (D) Cân bằng.

第 38 題

短文裡「重擔」一詞有什麼意思？

（A）壓力。   （B）重量。

（C）動力。   （D）平衡。

解析

正確答案（A）

Áp lực.

根據短文，基本工資對於勞動者來說很重要，對於企業則是一股重擔。

因此，（A）"áp lực" 較接近此意思。

（B）Cân nặng 用來指具體重量，題目中的 "sức nặng" 並非

　　具體重量。

（C）、（D）皆不符合題意。

Câu 39

Để tăng năng suất lao động, doanh nghiệp sẽ phải làm gì?

(A) Thuê nhiều lao động hơn.

(B) Dùng máy móc thay vì dùng sức người.

(C) Thay đổi mức lương để khuyến khích người lao động.

(D) Bắt lao động làm thêm giờ thay cho việc sử dụng máy móc.

第 39 題

企業要做什麼才可以增加勞動生產率？

（A）雇用更多勞動者。

（B）以機械代替人力。

（C）調整薪資標準來激勵勞動者。

（D）要求勞動者加班以代替使用機械。

解析

正確答案（B）

Dùng máy móc thay vì dùng sức người.

在短文最後提到，企業若要提高生產力，可使用機械代替人力。

Câu 40

Theo đoạn văn trên, sau khi điều chỉnh mức lương tối thiểu hiện tại, tình hình của người lao động như thế nào?

(A) Được cân bằng về chế độ an sinh xã hội.

(B) Hằng tháng đều có một khoản tiết kiệm nho nhỏ.

(C) Không cần tăng ca vẫn có thể sống ở mức trung bình.

(D) Vẫn phải tăng ca mới có thể chi trả cho nhu cầu cuộc sống.

第 40 題

根據短文，經過調整基本工資標準，勞動者的現況如何？

(A) 得到平衡的社會安定制度。

(B) 每個月都有一筆小存款。

(C) 不需要加班也可以過一般的生活。

(D) 仍然要加班才可以支付生活中的所有開銷。

解析

正確答案（D）

Vẫn phải tăng ca mới có thể chi trả cho nhu cầu cuộc sống.

根據短文，即使調整基本工資，仍舊低於基本生活費。因此，勞動者必須透過加班來讓收入足以負擔生活開銷。因此答案為（D）。

（A）社會安定制度並未因此平衡。

（B）未有存款，因入不敷出。

（C）必須透過加班才能過生活。

Memo

Memo

Memo